மாவீரர்
பூலித்தேவர்

குன்றில்குமார்

சங்கர் பதிப்பகம்
15/21, டீச்சர்ஸ் கில்டு காலனி,
2வது தெரு, இராஜாஜி நகர் விரிவு,
வில்லிவாக்கம், சென்னை - 600 049
தொலைபேசி : 044 - 2650 2086 / 9444191256
email : shankar_pathippagam@yahoo.com
web : www.shankarpathippagam.in
www.bookthagam.com

மாவீரர் பூலித்தேவர் / Maveerar Pulithevar

குன்றில்குமார் / Kundrilkumar

பதிப்பு	:	2018
விலை	:	₹. 95/--
மொத்த பக்கங்கள்	:	104
வெளியிட்டோர்	:	சங்கர் பதிப்பகம், 15/21, டீச்சர்ஸ் கில்டு காலனி, 2வது தெரு, இராஜாஜி நகர் விரிவு வில்லிவாக்கம், சென்னை-600 049 தொலைபேசி : 044 - 2650 2086 / 9444191256
ISBN No.	:	978-93-87655-28-7
ஒளி அச்சு	:	பாலா கிராஃபிக்ஸ்
முன் அட்டை	:	N. ரமேஷ்
அச்சிட்டோர்	:	எம்.கே.கிராபிக்ஸ், சென்னை - 600 021

என்னுரை

வரலாறு மிக முக்கியம்.

நம் முன்னோர்களின் வீரத்தையும், தீரத்தையும், பேரறிவையும், ஆற்றலையும் அதுதான் வெளிப்படுத்தும்.

எனவே வரலாற்றில் பிழை இருத்தல் கூடவே கூடாது.

ஏனென்றால் வரலாறு கட்டுக்கதை அல்ல; உண்மைச் சம்பவத்தின் சுவைமிகு தொகுப்பு.

ஆனால் அப்படிப்பட்ட நம் சுதந்திரப் போராட்ட வரலாற்றில் பிழை இருப்பது மனதை வருந்தச் செய்கிறது.

வெள்ளையனை எதிர்த்து முதன்முதலாக முரட்டுக் குத்துக் கொடுத்தவர் பூலித்தேவர்!

தென்தமிழகத்தின் இணையற்ற மாவீரர்!

நட்போடு இணைந்து போராட வேண்டிய அண்டைய பாளையத்தார்கள் எல்லாம் முதுகில் குத்தியபோதும் அஞ்சாது ஆங்கிலேயனை எதிர்த்துப் போராடிய வீர விளைநிலம் அவர்!

அவரின் இறுதிக்காலம் இன்னமும் மர்மத்தையே சுமந்து கொண்டிருக்கிறது.

அப்படிப்பட்டவரை நமது விடுதலை வீர வரலாறு மறந்துவிட்டது மனதை நோகடிக்கிறது.

போகட்டும்.

அவரைப் பற்றி நாம் தெரிந்து கொள்ள வேண்டும் என்பதற்காகவே இந்த நூல்.

குன்றில்குமார்

பதிப்புரை

நெல்லை மாவட்டம் வாசுதேவநல்லூர் அருகே அமைந்துள்ளது நெற்கட்டும் செவ்வல்.

இந்தப் பாளையத்தை ஆட்சி செய்தவர் பூலித்தேவர்.

வீரபாண்டிய கட்டபொம்மனின் பாட்டனார் காலத்தைச் சேர்ந்த மாவீரர்.

கிழக்கிந்தியக் கம்பெனி என்ற பெயரில் நாடு பிடிக்க வந்த ஆங்கிலேயர்களை கி.பி. 1700ஆம் ஆண்டு களிலேயே மிகத் தெளிவாக இனம் கண்டு அவர்களை எதிர்த்து நின்ற வீர மறவர்.

பிற்காலத்தில் ஆங்கிலேயர்களை எதிர்த்து உயிர் துறந்த மருதநாயகம், ஆங்கிலேயர்களுடன் சேர்ந்து பூலித்தேவரை எதிர்த்தது வரலாறு.

வீரம் மட்டுமல்லாமல் விவேகத்தோடும் போராடிய அற்புதமான தலைவர் பூலித்தேவர்.

இவரைப் பற்றிய வரலாற்றுத் தகவல்கள் அதிகம் கிடைக்கவில்லை என்றாலும், வெள்ளையனை எதிர்த்து வீரமுடன் போரிட்ட தகவல்கள் உள்ளன.

தென்பாண்டி நாட்டில் அசைக்க முடியாத மன்னராக ஜொலித்தவர் பூலித்தேவர்.

கடைசியில் ஜோதியுடன் ஜோதியாகக் கலந்து மறைந்து கடவுளுக்கு நிகரானவர்.

இவரைப் பற்றிய அரிய தகவல்களுடன் இந்த நூல் உங்களுக்காக...

பதிப்பாளர்

உள்ளே...

1 மாவீரர் பூலித்தேவர் 7
2 முதல் விடுதலைப் போர் 16
3 களக்காடு கோட்டை 27
4 மருதநாயகம் 44
5 வாசுதேவநல்லூர் போர் 51
6 ஒண்டிவீரன் 60
7 மீண்டும் போர் 69
8 இறுதிப் போர் 77
9 சிறப்புகள் 89
10 பூலித்தேவரின் மகள் 97

“

மாவீரன் பூலித்தேவர்

ஆறடி உயரமுடையவர்.

சோதியைப் போல முகமிருக்கும்

திண் தோள்களை உடையவர்

பல்லோ பளபளக்கும்

பவளம் போன்ற உதடுகளும்,

மார்பும் உடையவர்

”

1 மாவீரர் பூலித்தேவர்

தென்பாண்டி நாட்டில் மாவீர ராகவும், பெரும் புரட்சியாளராகவும் திகழ்ந்தவர் பூலித்தேவர்.

தலைநிமிர்ந்து வாழ்ந்த தன்னிகரற்ற தமிழ் மறவர் அவர்.

நெற்கட்டான் செவ்வலைத் தலைமை இடமாகக் கொண்டு ஆட்சி அதிகாரம் செலுத்திய மாவீரர்.

72 பாளையக்காரர்களில் ஒருவர்.

மேற்குப் பாளையக்காரர்கள் அனை வருக்கும் உறுதுணையாக இருந்து, தலைமை யேற்று அந்நியரை நடுங்கச் செய்தவர்.

1751ஆம் ஆண்டே 'வெள்ளையனே வெளியேறு' என்று முதன் முதலாக முழக்க மிட்டு, ஆங்கிலேய ஆதிக்கத்திற்கு எதிராக இந்தியத் திரு நாட்டில் முதல் சுதந்திரப் போரை நடத்திய ஒப்பற்ற வீரர்.

இந்தியாவின் முதல் விடுதலைப்போர் என்று கருதப்படும் சிப்பாய்க் கலகம் நிகழ்ந்தது 1857ஆம் ஆண்டு. ஆனால் அதற்கு நூறு ஆண்டுகளுக்கு முன்பே வெள்ளையரை எதிர்த்து துணிச்சலோடு குரல் கொடுத்த மாவீரர் இவர்.

அரை நூற்றாண்டுக்கும் மேலாக தென்னகத்தில் புயலாகவும், புலியாகவும் போராடிய மாபெரும் போராளி.

வீரத்தின் விளைநிலமாக விளங்கியவர்.

1715ஆம் ஆண்டு சித்திரபுத்திரத் தேவர் மற்றும் சிவஞான நாச்சியார் தம்பதியரின் ஆண் மகனாகப் பிறந்தார் பூலித்தேவர். பெற்றோர் இவருக்குச் சூட்டிய பெயர் காத்தப்பப் பூலித்தேவர். சுருக்கமாக 'பூலித்தேவர்' என்றே அழைக்கலாயினர். சிலர் 'புலித் தேவர்' என்றும் அழைத்தனர்.

மேற்குத் தொடர்ச்சி மலை அருகில் இருந்த காரணத்தால் அங்கு சென்று புலிகளை வேட்டையாடுவதில் அதிக விருப்பம் உடையவராக இருந்தார். புலிகளைக் கொன்று புலித்தோல் மற்றும் புலி நகங்களை அணிவதில் ஆர்வம் அதிகம் இருந்தது.

இதனால்தான் பூலித்தேவரை புலித்தேவர் என்றும் சிலர் அழைக்கலாயினர்.

பூலித்தேவர் மீது அங்குள்ள மக்கள் அன்பைப் பொழிந்தனர். ஏனென்றால் சித்திரபுத்திரத் தேவர் அங்கு நல்லாட்சியை நடத்திக் கொண்டிருந்ததால், அவரது வாரிசும் அவ்வாறே நல்லாட்சியை நடத்துவார் என்ற எதிர்பார்ப்பு அவர்களிடம் நிரம்பிக் காணப்பட்டது.

சித்திரபுத்திரத் தேவர் பிரச்சனைகள் எதுவுமின்றி 63 ஆண்டுகள் சிறப்பான ஆட்சியை நடத்திவந்தார். பாளையக்காரர் களிடையே மிகுந்த செல்வாக்கையும் பெற்றுத் திகழ்ந்தார்.

இத்தகைய சூழலில்தான் பூலித்தேவர் பிறந்தார். நல்ல முறையில் வளர்க்கப்பட்டார்.

சிறு குழந்தைப் பருவத்திலேயே தனது முன்னோர்களின் வீர வரலாறுகளைப் பற்றித் தாதிகளிடம் கேட்டறிந்தார். வீரம் மட்டுமல்லாமல் தெய்வீக உணர்வும் அவருக்கு ஊட்டப்பட்டது.

ஆறு வயதில் பூலித்தேவருக்கு முறைப்படி கல்வி புகட்டப் பட்டது.

இலஞ்சியைச் சேர்ந்த சுப்பிரமணிய பிள்ளை என்பவரிடம் சன்மார்க்க நெறிகளைப் பயின்று வந்தார். தமிழ் இலக்கண, இலக்கிய நூல்களையும் கற்று, தாமே கவிதை எழுதும் அளவுக்குத் திறமையும் பெற்று விளங்கினார்.

பூலித்தேவருக்கு பன்னிரெண்டு வயதில் போர்ப் பயிற்சி அளிக்கப்பட்டது. குதிரை ஏற்றம், யானை ஏற்றம், மல்யுத்தம், வாள் வீச்சு, வேல் எய்தல், அம்பு எய்தல், சிலம்பு வரிசைகள், கவண் எறிதல், வல்லயம் எறிதல், சுருள் பட்டா சுழற்றுதல் போன்ற சகலவிதமான வீரவிளையாட்டுக்களிலும் அவருக்குப் பயிற்சி அளிக்கப்பட்டது.

பூலித்தேவரைப் பற்றிய ஒரு நாட்டுப் பாடலில் அவரின் உடல்வாகு பற்றிக் கூறப்பட்டுள்ளது.

மாவீரன் பூலித்தேவர் ஆறடி உயரமுடையவர்.

சோதியைப் போல முகமிருக்கும்

திண் தோள்களை உடையவர்

பல்லோ பளபளக்கும்

பவளம் போன்ற உதடுகளும், மார்பும் உடையவர்

இப்படியாக அப்பாடல் அவரை வர்ணிக்கின்றது.

இவ்வாறு வீர தீரத்தில் சிறந்து விளங்கிய காரணத்தால் பன்னிரெண்டாவது வயதிலேயே பட்டம் சூட்டி அந்தப் பகுதிக்கு மன்னராக்கி மகிழ்ந்தனர் அவரது பெற்றோர்.

மன்னரைப் போலவே நெற்கட்டான் செவ்வல் மக்களும் இந்த முடிவை வரவேற்றார்கள். ஆனந்தக் கூத்தாடினார்கள்.

இதனைத் தொடர்ந்து பூலித்தேவருக்கு திருமண ஏற்பாடுகள் நடைபெற்றன. அவரது மாமன் மகள் கயல்கண்ணி என்னும் லட்சுமி நாச்சியார் என்பவரைத் திருமணம் செய்து வைத்தனர்.

கயல்கண்ணி நல்ல அழகி மட்டுமல்ல, வீர விளையாட்டுக்கள் விளையாடுவதிலும் பூலித்தேவருக்கு உற்ற துணையாக விளங்கிய வர். கயல் கண்ணியின் சகோதரர் சவுணத்தேவரும், பூலித்தேவரும் இணைபிரியாத நண்பர்கள்.

பூலித்தேவரின் இல்லற வாழ்க்கை மகிழ்ச்சிகரமாகவே இருந் தது. அதைக் கண்டு அவரது பெற்றோர் மிகவும் மகிழ்ச்சி அடைந்தார்கள்.

கோமதி முத்துத் தலவசச்சி, சித்திர புத்திரத் தேவன் மற்றும் சிவஞானப் பாண்டியன் என்று மூன்று குழந்தைகள் பூலித் தேவருக்குப் பிறந்தனர்.

அவருக்கு பதினெட்டு வயதானபோது கிழக்குப் பாளையத் தைச் சேர்ந்த இலவந்தூருக்கும் ஈராட்சிக்கும் இடையே பெரும் எல்லைத் தகராறு ஏற்பட்டது. அதனைத் தீர்த்து வைப்பதற்காக அங்கு அவர் சென்றார்.

அச்சமயத்தில் சிவகிரிப் பாளையத்தார் அங்கு வந்து கால் நடைகளைக் கவர்ந்து சென்றுவிட்டார். அந்தக் காலத்தில் போர் தொடங்குவது இவ்வாறு கால்நடைகளைக் கவர்ந்து செல்வதில் இருந்தே தொடங்கும்.

இந்தச் செய்தி ஒற்றன் மூலம் பூலித்தேவருக்குத் தெரிவிக்கப் பட்டது.

உடனே அவர் தமது தளபதி சவணத்தேவருக்கு செய்தி அனுப்பி சிவகிரிப் பாளையக்காரரைத் தடுத்து நிறுத்துமாறு கட்டளையிட்டார்.

தளபதி மற்றும் 150 வீரர்களுடன் சிவகிரிப் படையைத் தாக்கு வதற்காகப் புறப்பட்டுச் சென்றார் பூலித்தேவர்.

போர்க்களத்தில் கடும் சண்டை. சிவகிரிப் படையால் தாக்குப் பிடிக்க முடியவில்லை. சிலர் கொல்லப்பட்டனர். பலர் போர்க் களத்தை விட்டுத் தப்பித்தால் போதும் என்று ஓடிவிட்டனர்.

அட்டகாசமான வெற்றியை ஈட்டிய பூலித்தேவர், கடைசியில் கால்நடைகளை மீட்டு வந்தார்.

எனினும் தளபதி சவணத்தேவர் எதிரிகளைத் துரத்தித் துரத்தி அடித்து விரட்டினார். கூடலூர் வரை எதிரிகளைத் துரத்திச் சென்றார்.

அவர்களின் எல்லைக்கு அருகில் சென்றதால் எதிரிகளின் எண்ணிக்கை அதிகமாகிவிட்டது. என்றாலும் மனம் தளராமல் போரைத் தொடர்ந்தார். கடைசியில் களத்தில் தனது ஒரு காலை இழந்துவிட்டார் சவணத்தேவர்.

ஆனாலும் இறுதி வெற்றியை அடைந்தே தீர வேண்டும் என்ற வேட்கை காரணமாக போர் புரிவதை நிறுத்தாமல் தொடர்ந்து கொண்டே இருந்தார்.

கடைசியில் வெற்றி அவருக்குக் கிடைத்தது. ஆனால் துரதிர்ஷ்டவசமாகத் தனது உயிரைப் பலியாகக் கொடுக்க வேண்டி வந்தது.

தனது வீரத் தளபதி சவணத் தேவரின் நினைவாக வீரக்கல் ஒன்றை நட்டு அவருக்குப் பெருமை சேர்த்தார் பூலித்தேவர்.

இந்த இளம் வயதுப் போரில் கிடைத்த வெற்றி அவருக்கு போர்க்கலை நுணுக்கங்களைப் பற்றி மேலும் கற்றுக் கொடுத்தது.

இதனிடையே கடந்த கால வரலாற்றைப் பற்றி ஒரு இரத்தின சுருக்கம்.

அப்போது மதுரையில் நாயக்க மன்னர்களின் ஆட்சி நடைபெற்று வந்தது. கி.பி. 1529ஆம் ஆண்டு முதல் 1736ஆம் ஆண்டு வரை இந்த ஆட்சி தொடர்ந்தது.

நாயக்க வம்சத்தின் முதல் மன்னராகத் திகழ்ந்தவர் விஸ்வநாத நாயக்கர். இவர் 1529ஆம் ஆண்டு முதல் 1564ஆம் ஆண்டு வரை ஆட்சி புரிந்தார். அப்போது பாண்டிய நாட்டை 72 பாளையங் களாகப் பிரித்தார். ஒவ்வொரு பாளையமும் ஒவ்வொரு பாளையக் காரரின் நிர்வாகத்தின் கீழ் கொண்டுவரப்பட்டது. அந்தப் பாளையத்துக்கு உட்பட்ட அதிகாரங்கள் அனைத்தும் அவருக்கு வழங்கப்பட்டிருந்தது.

பாண்டிய மன்னர் வம்சத்தைச் சேர்ந்தவர்கள் மீண்டும் படை திரட்டி ஆட்சியைக் கைப்பற்றிவிடக் கூடாது என்ற அச்சம் காரணமாகவே இந்த மாதிரி பாளையங்கள் பிரிக்கப்பட்டன. இதில் ஒரு தந்திர யுக்தியாக பாண்டிய வம்சத்தைச் சேர்ந்த சிலரையும் பாளையக்காரர்களாக நியமித்தார் நாயக்க மன்னர்.

மதுரை, திருச்சி, கொங்குநாடு போன்ற பகுதிகளில் தெலுங்கர்கள் பாளையக்காரர்களாக நியமிக்கப்பட்டனர்.

நெல்லைச் சீமையில் மறவர் இனத்தைச் சேர்ந்த தமிழர்கள் நியமிக்கப்பட்டனர்.

இவ்வாறு மதுரையில் குவிந்து கிடந்த அதிகாரம் தற்போது பரவலாகப் பகிர்ந்தளிக்கப்பட்டதால் மக்கள் மத்தியில் நாயக்க மன்னருக்கு எதிர்ப்பு பெருமளவு குறைந்துவிட்டது.

பின்னர் வந்த நாயக்க மன்னர்களின் ஆட்சி சற்று பலவீன மாக இருந்ததால், பாளையக்காரர்கள் மெல்ல மெல்ல மதுரை நாயக்க மன்னர்களின் கட்டுப்பாட்டில் இருந்து விலகத் தொடங்கினார்கள்.

அப்படித்தான் நெற்கட்டான் செவ்வலும் நாயக்க மன்னரின் கட்டுப்பாட்டில் இருந்து விலகி சுதந்திரமாக இயங்க ஆரம்பித்தது. பின்னர் நாயக்க மன்னர்களின் ஆட்சியில் பாளையமாக அறிவிக்கப் பட்டதால், பூலித்தேவரும் பாளையக்காரர் என்றே அழைக்கப் பட்டார்.

பூலித்தேவர் அச்சமற்ற தன்மையும், துணிச்சலும் மிக்கவராகத் திகழ்ந்தார். போர்க்கள நுணுக்கங்களையும் இள வயதிலேயே அவர் கற்றுக் கொண்டார்.

மதுரையை ஆட்சி செய்து வந்தார் விசயரங்க சொக்கநாத நாயக்கர். அப்போது ஒருநாள் மதுரையின் வட பகுதியில் புலி ஒன்று பதுங்கி இருந்து கொண்டு அங்குள்ளோரைக் கடித்துக் குதறிக் கொண்டிருந்தது. நிறைய பேர் இறந்தும் போயினர்.

இதனால் கலக்கமடைந்த மன்னர், இந்தப் புலியை அடக்கு வோருக்கு தக்க சன்மானம் வழங்கப்படும் என்று பாளையக்காரர் கள் அனைவருக்கும் ஓலை அனுப்பினார்.

இந்த ஓலை கிடைக்கப்பெற்றதும் பூலித்தேவர் மதுரைக்குப் புறப்பட்டார். தன்னந்தனியாக மதுரையின் வடபகுதிக்குச் சென்றார். ஆயுதங்களும், ஆட்களும் இல்லாமல் தன்னந்தனியாகத் துணிந்து சென்றார் அந்த வீர மறவர்.

கம்பீரமாகக் காட்டுக்குள் நடந்து சென்ற அவரது காலடி ஓசையைக் கேட்டு அவர் மீது பாய்ந்தது அந்தப் புலி. சட்டென்று புலியின் பாய்ச்சலில் இருந்து ஒதுங்கித் தன்னைத் தற்காத்துக் கொண்டார் பூலித்தேவர்.

இரண்டாவது முறை அந்தப் புலி அவர் மீது பாய்வதற்குள் புத்திசாலித்தனமாக புலியின் மீது பாய்ந்து அதன் பின்னங்கால் களை வலுவாகப் பிடித்துக் கொண்டார்.

புலி சுதாரிப்பதற்குள் முழு பலத்தையும் பயன்படுத்தி தலைக்கு மேல் புலியைத் தூக்கி ஓங்கித் தரையில் அடித்தார். இரத்தம் கக்கி புலியும் இறந்துபோனது.

இதனால் இவரது புகழ் பாண்டிய நாடு முழுவதும் பரவியது. 'வடக்காத்தான் பூலித்தேவர்' என்னும் பட்டத்தை அவருக்கு வழங்கி சிறப்பித்தார் நாயக்க மன்னர்.

இறைபக்தி நிரம்பியவராக இருந்த அவர் தமது குலதெய்வம் உள்ளமுடையாரைத் தினமும் வணங்கி வந்தார். அந்தணர்களை வரவழைத்து வேதங்கள் முழங்கச் செய்து, தினமும் அன்னதானம் செய்து வந்தார். அதற்காக நிலங்களைத் தானமாக வழங்கினார்.

தமது குல தெய்வத்திற்கு மட்டுமல்லாமல் சங்கரன்கோயில் பால்வண்ணநாதர் கோயில், வாசுதேவநல்லூர் அர்த்த நாரீஸ்வரர் கோயில், நெல்லை வாகையடி அம்மன் கோயில், மதுரை

சொக்கநாதர் கோயில் உள்ளிட்ட கோயில்களுக்கும் நற்பணிகளைச் செய்து வந்தார்.

யாத்திரைகள் செல்வோர் ஆங்காங்கே இளைப்பாறிச் செல்ல வசதியாக சத்திரங்கள் அமைத்தார். உணவு வழங்க ஏற்பாடுகள் செய்தார். நீர்நிலைகள் அமைத்தல், மரங்கள் நட்டு நந்தவனமாக மாற்றுவது, பாசன வசதி பெருக கால்வாய்கள் அமைத்தல் என்று ஏராளமான நலப்பணிகளைச் செய்தார் பூலித்தேவர்.

பூலித்தேவர் ஆட்சி செலுத்திவந்த நிலையில் நாயக்க மன்னர் களின் சரிவு தொடங்கியது. கி.பி. 1736ஆம் ஆண்டு நாயக்க வம்சத்தைச் சேர்ந்த ராணி மீனாட்சியின் தற்கொலையுடன் நாயக்க மன்னர்களின் ஆட்சி முடிவுக்கு வந்தது.

இதனால் சில குழப்பநிலை ஏற்பட்டது.

நெல்லைச் சீமையின் வரிப் பணத்தை வசூலிக்க மராட்டியர் கள் தங்கள் அதிகாரிகளின் வாயிலாக முனைந்தார்கள்.

இதுபோன்ற நிலைப்பாடுகளால் பாளையங்களுக்கு ஆபத்து நேரிடக்கூடும் என்ற சந்தேகம் தோன்றியது பூலித்தேவருக்கு. எனவே அனைத்துப் பாளையக்காரர்களையும் ஒன்று கூட்டி அரசியல் அரங்கில் ஏற்பட்டுள்ள மாற்றங்கள் பற்றித் தீவிரமாக விவாதித்தார். பாளையக்காரர்கள் அனைவரும் ஒற்றுமையாக இருக்க வேண்டியதன் அவசியத்தை உணர்த்தினார்.

கப்பம் கட்ட வேண்டாம் என்று அவர்கள் அப்போது ஒரு மனதாகத் தீர்மானம் எடுத்தார்கள்.

இந்நிலையில் 1744ஆம் ஆண்டு அன்வர் உத்தீன் கர்நாடக நவாப் ஆனார். தனது அதிகாரிகளுடன் நெல்லைச் சீமையின் கப்பத்தை வசூலிப்பதற்காகத் தனது அதிகாரிகளுடன் புறப்பட்டார்.

அப்போது நடந்த ஆம்பூர் போரில் அன்வர் உத்தீன் கொல்லப்பட்டார். அதனையடுத்து முகமது அலி என்பவர் ஆற்காடு நவாப் ஆகப் பிரகடனம் செய்யப்பட்டார்.

1751ஆம் ஆண்டு நெல்லைச் சீமையில் வரி வசூல் செய்வதற் காகத் தமது சகோதரர் அப்துல் ரகீமைப் படை திரட்டிச் செல்லு மாறு உத்தரவிட்டார். அவரும் அப்படியே படை திரட்டிக் கொண்டு நெல்லைச் சீமைக்குச் சென்றார். அவரது உருட்டல் மிரட்டல்கள் எதுவும் எடுபடவில்லை. ஒரு பைசா கூட பாளையக் காரர்களிடம் இருந்து கப்பமாக அவரால் பெறமுடியவில்லை.

இதுபோன்ற சூழலைத் தனக்குச் சாதகமாகப் பயன்படுத்த முனைந்தார் சந்தாசாகிப். இவர் முகமது அலிக்குப் போட்டியாகப் பாளையக்காரர்களைத் தம் பக்கம் சேர்க்க நினைத்தார். தன்னோடு இணைந்து செயல்பட்டால் பழைய பாக்கிகள் அனைத்தையும் ரத்து செய்வதாக ஆசை வார்த்தைகளை அள்ளிவிட்டார்.

பாளையக்காரர்களும் தங்கள் நிலைப்பாட்டில் இருந்து சற்று இறங்கி வந்தார்கள். சந்தாசாகிப் உடன் இணைந்து செயலாற்ற அவர்கள் சம்மதம் தெரிவித்ததால் அதற்கான முயற்சிகளை முன்னெடுத்தார் சந்தாசாகிப்.

தமது நண்பர் ஆலம்கான் தலைமையில் படைகளை அனுப்பி வைத்தார். அவர்களும் மதுரையைக் கைப்பற்றினார்கள். பின்னர் திருநெல்வேலிச் சீமையில் கப்பம் வசூலிக்கவும் தொடங்கினார்கள்.

ஏராளமான அத்துமீறல்களில் ஈடுபட்டு வந்த ஆற்காடு நவாப் இந்த நிலைமையைச் சமாளிக்கத் திட்டமிட்டார். ஆங்கிலேயர்கள் வேறு அப்போதுதான் தங்கள் மூக்கை இந்திய தேசத்திற்குள் நுழைத்து மோப்பம் பிடிக்க ஆரம்பித்தனர்.

கிழக்கிந்தியக் கம்பெனியாரின் ஆதரவைப் பெறுவது நல்லது என்று நினைத்த ஆற்காடு நவாப், அதன் அதிகாரிகளுக்கு கருணை மனு ஒன்றை அனுப்பினார்.

இவ்வாறு தானாகவே நவாப் தமது வலையில் வந்து விழுந்தது ஆங்கிலேயர்களுக்கு மிகுந்த சந்தோஷத்தைக் கொடுத்தது. இந்தியர்களின் கையை வைத்தே இந்தியர்களின் கண்ணைக் குத்தும் விளையாட்டை அவர்கள் ஆடத் தொடங்கினார்கள்.

ஆற்காடு நவாபின் அண்ணன் மாபூஸ்கான், கான்சாகிப் மற்றும் கர்னல் அலெக்சாண்டர் கெரான் ஆகியோர் தலைமையில் பெரும் படை ஒன்று போருக்குக் கிளம்பிற்று.

கர்னல் கெரான் என்பவர் வெள்ளையர்களின் முக்கியத் தளபதி. அவர் தலைமையில்தான் இந்தப் போர் நடைபெற்றது. 1755ஆம் ஆண்டு நடந்த இந்தச் சண்டைதான் விடுதலைத் தாகத்தோடு வீரம் விளைந்த மண்ணில் பல்வேறு எதிர்ப்புகளை நிகழ்த்தி வந்த தென்சீமையை அடக்குவதற்காக முன்னெடுக்கப்பட்ட முதல் பெரும் படையெடுப்பு என்பதே உண்மை.

2 முதல் விடுதலைப் போர்

ஆலம்கானால் கைப்பற்றப்பட்ட மதுரை மாநகரை மியானா, மூடேமியா, நபிகான் என்னும் மூன்று பட்டாணியர் வசம் நிர்வாகப் பொறுப்பு ஒப்படைக்கப்பட்டிருந்தது.

இம்மூவரும் நம்பிக்கையானவர்கள் என்றும், திறமையானவர்கள் என்றும், உறுதியானவர்கள் என்றும் நம்பினார் ஆலம்கான்.

ஆனால் உண்மையில் அந்த மூவரும் அப்படிப்பட்டவர்களாக இல்லை. அவர்கள் பேராசை கொண்டவர்களாக இருந்தார்கள். பணப் பைத்தியம் அவர்களைப் பிடித்தாட்டியது. ஆம்பிளைகளாக இருந்தாலும் வெறும் கோழைகளாகவே இருந்தனர். எதற்காகவும் நாட்டை விற்கக்கூடத் தயங்காதவர்களாக இருந்தார்கள்.

அப்படித்தான் தென்முனையில் உள்ள கன்னியாகுமரிக்கு மேற்கே முப்பது மைல் விரிவான நிலப்பகுதியையும், அந்தப் பகுதியில் இருந்த கோட்டை கொத்தளங்களையும் திருவாங்கூர் மன்னர் மார்த்தாண்ட வர்மாவுக்கு விற்கவும் செய்தனர்.

இந்நிலையில் 2 ஆயிரம் இந்திய வீரர்கள் மற்றும் 500 ஆங்கிலேய சிப்பாய்களைத் திரட்டிக் கொண்டு கர்னல் கெரான் தலைமையில் பெரும் படை ஒன்று தென்பகுதியை நோக்கி விரைந்து வந்து கொண்டிருந்த செய்தி அந்த மூன்று பட்டாணி யர்களுக்கும் தெரியவந்தது.

கோழைகளாக இருந்த அந்த மூவரும் எப்படியாவது தாங்கள் உயிர் பிழைத்தால் போதும் என்று நினைத்து எங்கோ கண்காணாத இடத்திற்குப் போய் ஒளிந்து கொண்டார்கள்.

மிகப் பெரிய சண்டை செய்ய வேண்டியிருக்கும் என்று எதிர்பார்த்து மதுரைக்கு வந்த கெரானுக்கு ஏமாற்றமே மிஞ்சியது. காவலர்களே இல்லாமல் அரண்மனைக் கதவு திறந்து அவர்களை 'வருக.. வருக' என்று வரவேற்பதைப் போலிருந்தது.

துளிக்கூட இரத்தம் சிந்தாமல் மதுரையைக் கைப்பற்றிய ஆங்கிலேய, நவாப் படையினருக்கு மமதை வந்துவிட்டது. இதற்குப் போய் இவ்வளவு பெரும் படையைத் திரட்டி வந்ததாக இகழ்ச்சி யுடன் பேசினர்.

மதுரையே வீழ்ந்துவிட்டதால் பாளையக்காரர்கள் எம்மாத்திரம் என்று நினைத்தனர். எளிதாகப் பாளையக்காரர்களை உருட்டி மிரட்டி கப்பம் வாங்கி விடலாம் என்ற நினைப்புடன் தென்பகுதி நோக்கிப் புறப்பட்டனர்.

நெல்லைச் சீமை அப்போது இருவேறு பிரிவுகளாகப் பிரிந்து காணப்பட்டது. ஒன்று, கீழ்த்திசைப் பாளையங்கள். மற்றொன்று மேற்றிசைப் பாளையங்கள்.

கீழ்த்திசைப் பாளையங்களுக்குத் தலைமை தாங்கியவர் பாஞ்சாலங்குறிச்சி பாளையக்காரர். அவர் பெயர் பொல்லாப் பாண்டிய நாயக்கர். இவர் வீரபாண்டிய கட்டபொம்மனின் பாட்டனார் ஆவார். கி.பி. 1736ஆம் ஆண்டு முதல் 1760ஆம் ஆண்டு வரை மொத்தம் 24 ஆண்டுகள் ஆட்சிப் புரிந்தார்.

அதேபோல மேற்றிசைப் பாளையங்களுக்குத் தலைமை வகித்தவர் பூலித்தேவர். இவரது தலைமை இடம் நெற்கட்டும் செவ்வல். தற்போது இது ஆவுடையாபுரம் என்று அழைக்கப்

படுகிறது. நெல்லை மாவட்டம் சங்கரன்கோவில் தாலுகாவில் உள்ளது.

அன்றைய நாளில் பொல்லாப் பாண்டிய நாயக்கரும், பூலித் தேவரும்தான் ஆற்காடு நவாபுக்கு கிலியை ஏற்படுத்திக் கொண்டிருந்தார்கள். எனினும் கட்டபொம்மனின் பாட்டனாரைக் காட்டிலும் அரசியலில் சாணக்கியமும், போரில் வல்லமையும் படைத்தவராகத் திகழ்ந்தவர் பூலித்தேவரே.

இவரது அற்புதமான ஆற்றலைக் கண்டு வியந்த எட்டைய புரத்தைச் சேர்ந்த ஒருவரின் கருத்தை அவர் நடையிலேயே இங்கு பதிவு செய்வது பொருத்தமானது.

'நாம் பிரஸ்தாபிக்கும் சமயத்தில் நெற்கட்டுஞ்செவ்வல் பாளையப்பட்டுக்கு அதிபரான பூலித்தேவர் அஞ்சா நெஞ்சம் படைத்தவர். இராணுவ முறையில் கைதேர்ந்தவர்களும் மெச்சும் படியான யுத்தப் பயிற்சியின் நுண்ணறிவையும், சைனியங்களின் நிதானங்களைக் குறிப்பினால் அளவிடும் சக்தியையும், சைனியங்களுக்கு உற்சாகத்தை ஊட்டும் வாக்கு வல்லமையையும், ஒரே நாளில் நாற்பது, ஐம்பது மைல்கள் தூரம் யுத்தத் தளவாடங் கள் சகிதம் களைப்பில்லாமல் நடக்கும் ஆற்றலையும் அவர் அடைந்திருந்ததுடன், பார்வைக்கு உயர்ந்து நிதானமான ஆகிருதியையும், பரந்து விசாலமான கண்களையும், சிறுத்து நீண்ட விரல்களையும் உடையவராய் இருந்தார் என்பது கர்ண பரம்பரை, சாமுத்திரிகா இலட்சணப்படி இவை அவருக்குப் பொருத்தமுடை யனவாம்' என்று புகழ்கிறார் அவர்.

இவ்வாறு கம்பீரமும், அழகும், திறனும் படைத்தவர் பூலித் தேவர்.

கெரான் தலைமையிலான படை தென் பாண்டி நாட்டில் முதலில் குறிவைத்துத் தாக்குதல் நடத்தியது பாஞ்சாலங்குறிச்சி பாளையத்தைத்தான்.

அந்தப் பாளையத்தின் முக்கியக் கோட்டையான எல்லை நாயக்கன் பட்டியை அடைவதற்குள் பாஞ்சாலங்குறிச்சிக்குத் தகவல் பறந்தது.

கிழக்கிந்தியக் கம்பெனிப் படை, ஆற்காடு நவாப் படையுடன் இணைந்து பாஞ்சாலங்குறிச்சியைத் தாக்கத் திரண்டு வந்துவிட்ட தகவல் கட்டபொம்மனின் பாட்டனாரைத் தூதுவர்கள் மூலமாக வந்தடைந்தது.

வீரமிக்க, தேசப்பற்று மிகுந்த வீரபாண்டிய கட்ட பொம்மனைப் போல அவரது பாட்டனார் பொல்லாப் பாண்டிய நாயக்கர் இல்லை என்பது வேதனை தரும் உண்மை.

கிழக்கிந்தியக் கம்பெனிக்கும், நவாபுக்கும் எதிராகப் போர் புரிவதில் அவருக்கு விருப்பமில்லை.

ஆத்திரத்துடன் புயலெனப் போர் புரிந்திட வந்தவர்களை நிறுத்தி வணங்கி வந்தனம் தெரிவித்தார். கப்பத்தைக் கட்டத் தயாராக இருப்பதாக சரணாகதி அடைந்தார். ஆனால் அதைத் தவணை முறையில் கட்டுவதற்கு அனுமதிக்க வேண்டும் என்று மன்றாடிக் கேட்டுக் கொண்டார்.

அத்துடன் நில்லாமல் இன்னொரு நம்பவே முடியாத துரோகச் செயலைச் செய்யவும் தயாரானார். தர வேண்டிய தொகைக்காக ஆள் பிணை தரவும் ஒப்புக் கொண்டார் கட்ட பொம்மனின் பாட்டனார்.

இப்படியொரு முழுமையான சரணாகதியை எதிர்பார்க்காத கெரான், 'பிழைத்துப் போ' என்று இகழ்ச்சியாகக் கூறி, அவர் பணம் முழுவதையும் கொடுக்கும் வரையில் பாஞ்சைப் பாளையக் காரருக்கு வேண்டிய சில முக்கியமான நபர்களைப் பணயக் கைதியாகத் தம்மோடு அழைத்துச் சென்றார்.

பாஞ்சாலங்குறிச்சியின் இந்த நிலையைப் பார்த்த மற்ற பாளையக்காரர்கள் கதிகலங்கிப் போயினர். தாமாகவே முன்வந்து கப்பம் கட்டிவிடுவதாகக் கைகட்டி வாக்களித்தார்கள்.

இந்தத் தகவல்களை அறிந்த திருவாங்கூர் மன்னர் அதிர்ச்சியில் உறைந்து போனார். அவரது வசமிருந்த களக்காட்டுக் கோட்டையையும் கம்பெனியாரிடம் அவர் இழக்க நேரிட்டது.

இப்படி எதிர்பாராத திருப்பமாக பாளையங்கள் அனைத்தும் கவிழ்ந்து கிடக்க இதர பாளையக்காரர்களையும் மிரட்டியே கப்பம் கட்ட வைத்துவிட விரைந்து கொண்டிருந்தபோது, சென்னையில் இருந்து கெரானுக்கு ஒரு கட்டளை பறந்து வந்தது.

'திருச்சிக்கு ஆபத்து.. திரும்புக.'

இந்த மேலிடத்து ஆணை நவாப் படையை அதிர்ச்சி அடையச் செய்தது. அதேநேரத்தில் இந்த ஆணை பற்றிய தகவல் காட்டுத் தீயாகப் பரவி பாளையக்காரர்களுக்கும் தெரியவந்தது. அவர்கள் அனைவரும் மகிழ்ச்சியில் திளைத்தார்கள். ஆனந்தக் கூத்தாடிக் களித்தார்கள். கப்பம் கட்ட வேண்டிய அவசியம் இல்லை என்பதுதான் அவர்களின் உற்சாகத்திற்கு உண்மையான காரணம்.

வேறுவழியின்றி பாஞ்சாலங்குறிச்சி பாளையக்காரரின் ஆட்களையும் உடன் அழைத்துக் கொண்டு கம்பெனிப் படை திருச்சியை நோக்கி விரைந்தது.

ஆனால் பூலித்தேவரை அடக்காமல் திரும்புவது ஆற்காடு நவாபின் சகோதரர் மாபூஸ்கானுக்கு வருத்தமளித்தது. கப்பம் கட்ட மறுப்பதற்கு காரணகர்த்தாவே பூலித்தேவர் என்பதால் அவரை அடக்கி ஒடுக்காமல் போனால் மீண்டும் பாளையக்காரர்கள் கப்பம் கட்ட மறுத்துவிடுவார்கள் என்று நினைத்தார்.

'திருச்சிக்குத் திரும்பும் முன் பக்கத்தில் உள்ள நெற்கட்டுஞ் செவ்வலை ஆட்சி செய்யும் பூலித்தேவரை அடக்கியே ஆக வேண் டும்' என்று கெரானிடம் மன்றாடி வற்புறுத்தினார் மாபூஸ்கான்.

சற்று யோசித்த ஆங்கிலேய கர்னலும், 'அப்படியே ஆகட்டும்' என்று பச்சைக்கொடியைக் காண்பித்தார்.

உற்சாகம் அடைந்தனர் படை வீரர்கள்.

வேகமாகச் சென்று பூலித்தேவரின் கோட்டையை அவர்கள் முற்றுகையிட்டனர்.

புத்தி சாதுர்யத்தோடு இந்தப் படையை வென்றே ஆக வேண்டிய கட்டாயத்தில் இருந்தார் பூலித்தேவர். மூளையைக் கசக்கி யோசித்தார்.

கெரானும், மாபூஸ்கானும் எப்படியவாது பூலித்தேவரைப் பணிய வைத்துவிட வேண்டும் என்ற உறுதிப்பாட்டோடு கோட்டையின் முற்றுகையை மேலும் அதிகமாக்கினார்கள்.

அப்புறம்தான் பூலித்தேவரின் கோட்டை வலிமைமிக்கது என்ற உண்மையை உணர்ந்தார் கெரான். பின்னர் மதுரையில்

இருந்து 18 பவுண்ட் எடை கொண்ட பீரங்கிக் குண்டுகளை வரவழைத்து அவற்றைப் பிரயோகித்துப் பார்த்தார்.

கோட்டையின் மீது தொடர்ந்து குண்டு மழை பொழிந்தனர். ஆனாலும் கோட்டையை அசைக்கவே முடியவில்லை. சிறிய துளை கூட சுவரில் விழவில்லை. சிறு விரிசலும் ஏற்படவில்லை.

பூலித்தேவர் கோட்டை பனை ஓலை, பனை நார், சுண்ணாம்பு, வரகு, குதிரை வாலி, கடுக்காய், பதநீர், முட்டை, பெரிய சிறிய கூழாங்கற்கள், கருப்பட்டி, தானியங்களின் வைக்கோல்கள், கம்புப் பசை மற்றும் பல்வேறு பொருட்களைக் கொண்டு கட்டப்பட்டது.

அந்நாட்களில் நமது தமிழ் மன்னர்கள் கோட்டைகளை இம்முறையிலேயே கட்டினார்கள். எனவே தான் அந்நியனின் பீரங்கிக் குண்டுகளினாலும் சேதம் அடையாமல் நமது மன்னர்களின் வீரநெஞ்சம் போன்று, கோட்டைச் சுவரும் கம்பீரமாக, எளிதில் வீழ்த்த முடியாத பலமிக்கதாக நின்றது.

எதிரிகளின் எதிர்ப்பைக் கண்டு அஞ்சாமல், கடைசி வரை அவர்களுக்குப் பணியத் தயாராக இல்லாமல் எதிர்த்து நின்றார் பூலித்தேவர்.

போதிய உணவு கிடைக்கவில்லை.

குடிக்கத் தண்ணீர்கூட இல்லை.

நவாப் மற்றும் கிழக்கிந்தியப் படையினர் வேறு வழியின்றி கலகம் புரியத் தொடங்கினர்.

இது நிலைமையை சிக்கலாக்கியது. அதற்கு மேலும் நெற்கட்டான் செவ்வல் முற்றுகையைத் தொடர முடியாத இக்கட்டான நிலை ஏற்பட்டது.

பூலித்தேவர் மனஉறுதியோடு எதிர்த்து நின்ற காரணத்தாலும், ஏதேதோ முயற்சிகளைச் செய்தும் கோட்டையில் சிறு துளையைக் கூட இடமுடியாமல் போனதாலும் தமது தோல்வி உறுதி என்பதை உணர்ந்தார் கெரான்.

இனிமேல் எதிர்த்துப் போரிடுவதைவிட சமாதான முயற்சி மேற்கொள்வதே நல்லது என்று நினைத்தார் கெரான். இது ஆங்கிலேயர்களுக்கே உரித்தான யுக்தி.

பூலித்தேவரிடம் சமாதானம் பேசுவதற்காக துபாஷ் ஒருவரை அனுப்பினார் கெரான்.

'துபாஷ்' என்று அழைக்கப்பட்ட மொழிபெயர்ப்பாளரிடம் பக்குவமாகப் பேசினார். கர்னல் கெரானிடம் போதிய அளவுக்குப் பீரங்கிப் படை இல்லை என்ற உண்மையை துபாஷ் வாயில் இருந்து வரவழைத்தார்.

கெரான் கூறியவாறு, 'இருபதாயிரம் ரூபாய் கப்பமாகக் கொடுத்தால் போதும்' என்று பூலித்தேவரிடம் பேரம் பேசினார் துபாஷ்.

ஆங்கிலேயப் படை பலத்தை ஏற்கெனவே தெரிந்து கொண்டு விட்ட காரணத்தால், 'சல்லிக்காசு கூடத் தர முடியாது. திரும்பிப் பார்க்காமல் ஓடிப்போய்விடு' என்று கர்ஜித்தார் பூலித்தேவர்.

பின்னர் சமாளித்துக் கொண்ட துபாஷ், 'வரிதான் கொடுக்க வேண்டாம். துரையின் படை வீரர்கள் உணவும், தண்ணீரும் இல்லாமல் தவிக்கிறார்கள். எனவே அவர்களின் உணவுக்காகச் சிறிதளவு அரிசியாவது கொடுத்து உதவ வேண்டும்' என்று வஞ்சக வலையில் எப்படியாவது பூலித்தேவரை வீழ்த்திவிட வேண்டும் என்று நினைத்துத் தொடங்கினார்.

'அவர்கள் உயிர் பிழைக்க வேண்டுமென்றால் எதற்காக கோட்டைக்கு வெளியிலேயே காத்துக் கிடக்க வேண்டும்? பேசாமல் வந்த வழியே திரும்பிப் போகச் சொல்லு. இல்லையென்றால் அவர்கள் செத்துப் போக வேண்டியதுதான்' என்றார் பூலித்தேவர்.

இதற்கு மேலும் அவரிடம் பேசி சாதிக்க முடியாது என்பதைப் புரிந்துகொண்ட துபாஷ், நேராக கெரானிடம் போய் நடந்ததை விவரித்தார்.

எனவே தமது முயற்சியைக் கைவிட்டுவிட்டு வெட்கம் மற்றும் வேதனையோடு பின்வாங்கி மதுரை வழியாகத் திருச்சிக்குப் போய்ச் சேர்ந்தார் கெரான்.

திருச்சியை அடைந்த கெரான் முதல் பணியாக பிரிட்டனுக்கு கடிதம் ஒன்றை எழுதினார். 'தம்மிடம் இருக்கும் ஆட்களையும், ஆயுதங்களைவும் வைத்துக் கொண்டு பூலித்தேவரை வீழ்த்துவது என்பது முடியாத ஒன்று. அவரை வெற்றி கொள்ள வேண்டுமென்றால் அதிகப் படை வீரர்களும், ஆயுதங்களும் அவசியம் தேவை' என்று கடிதம் எழுதினார்.

ஆனால் கெரானை சென்னைக்கு அழைத்துச் சென்ற கிழக்கிந்தியக் கம்பெனியார், அங்கு அவர் மீது லஞ்ச ஊழல் குற்றம் சுமத்தினர். பின்னர் அவரை வேலையை விட்டே துரத்தியும் அடித்துவிட்டனர்.

இதனிடையே பூலித்தேவரை வெற்றி பெறுவது என்பது நடக்கக்கூடியதே அல்ல என்பதைத் திட்டவட்டமாகப் புரிந்து கொண்டார் ஆற்காடு நவாப்.

ஏனென்றால் நவீன படைக் கருவிகளை உடைய வெள்ளையர்களாலேயே பூலித்தேவரை வெல்ல முடியாமல் போனதால்தான் இப்படியொரு முடிவுக்கு வந்தார்.

பூலித்தேவர் இருக்கும் வரை பாளையக்காரர்களிடம் வரி வசூலிப்பது என்பது நிச்சயமாக முடியாத ஒன்று என்பதையும் தெளிவாகவே உணர்ந்து கொண்டார் நவாப்.

இதற்கு மேலும் பாளையக்காரர்களிடம் வரி வசூல் செய்து தமது கல்லாப் பெட்டியை நிரப்ப முடியும் என்பதில் நம்பிக்கை இழந்துவிட்ட நவாப், இதற்கு மாற்று வழி ஒன்றையும் கண்டறிந்தார்.

பேசாமல் பாளையக்காரர்களிடம் கப்பம் வசூலிப்பதை கிழக்கிந்தியக் கம்பெனி வசமே கொடுத்துவிட்டால் என்ன என்பது தான் அவரது புதிய யோசனை.

அப்படியே ஆங்கிலேயர்களிடம், 'திருநெல்வேலி மற்றும் அதனைச் சார்ந்த தென்பகுதி பாளையக்காரர்களிடம் வரியை

நீங்களே வசூலித்து உங்கள் பெட்டியை நிரப்பிக் கொள்ளுங்கள்' என்று தாராளமாக விட்டுக் கொடுத்தார் ஆற்காடு நவாப்.

இப்படித்தான் முதன்முதலாக நம் தேசத்தில் வரி வசூல் செய்யத் தொடங்கினார்கள். பின்னர் நாடு முழுவதிலும் கப்பம் வசூலிக்க அடித்தளமாக அமைந்ததும் இதன்மூலம்தான்.

தென்னகத்தின் ஒரு சிறு பகுதியில் வரி வசூலிக்கும் உரிமையைத் தானே ஆங்கிலேயர்களுக்கு அளித்திருக்கிறோம் என்று அப்போது நினைத்தார் நவாப்.

ஆனால் பிற்காலத்தில் ஆற்காடு நவாப்புக்குச் சொந்தமான பகுதிகள் உட்பட இந்தியா முழுவதிலும் வரி வசூலிக்கும் உரிமையை எடுத்துக் கொண்டார்கள் ஆங்கிலேயர்கள்.

நம்மை அடிமைகளாக்கினார்கள்.

நமது சுதந்திரத்தைப் பறித்தார்கள்.

நம் உரிமையைப் பறித்தார்கள்.

அப்புறம் அவர்களிடம் இருந்து விடுதலை பெறுவதற்காக நாம் எத்தனை ஆண்டுக் காலம் போராட வேண்டியிருந்தது!

எவ்வளவு மனித சக்தியை வீணாக்க வேண்டியிருந்தது!

நெற்கட்டும்செவ்வல் அரண்மனை

எத்தனை மனித உயிர்களைப் பலி கொடுக்க வேண்டி யிருந்தது!

1755ஆம் ஆண்டு நெற்கட்டான் செவ்வலில் நிகழ்ந்த போர் தான் இந்தியாவின் முதல் விடுதலைப் போர்!

மட்டுமல்லாமல் உலகின் முதல் சுதந்திரப் போர் என்றும் இதை அழைப்பதில் தவறே கிடையாது.

ஏனென்றால் அமெரிக்க புரட்சி நடந்தது 1775ஆம் ஆண்டு!

பிரெஞ்சுப் புரட்சி நடந்தது 1789ஆம் ஆண்டு!

இந்தியாவின் கொல்கத்தாவில் பிளாசிப் போர் நடந்தது 1757ஆம் ஆண்டு!

சிப்பாய்க் கலகம் நடந்தது 1857ஆம் ஆண்டு!

ஆனால் இவற்றுக்கெல்லாம் முன்பாக 1755ஆம் ஆண்டே ஆங்கிலேயருக்கு எதிராக வீரமுடன் போர் தொடுத்தவர் பூலித் தேவர்.

எனினும் இந்த உண்மைச் சம்பவம் ஏனோ மறைக்கப்பட்டு விட்டது. இதனை முதல் விடுதலைப் போராக நம்மவர்களும் எடுத்துச் சொல்லத் தவறிவிட்டார்கள். வடநாட்டவர்களும் இச் சம்பவத்தைப் பதிவு செய்யாமல் விட்டுவிட்டார்கள்.

எனவே சிப்பாய்க் கலகம்தான் முதல் இந்திய சுதந்திரப் போர் என்று பதிவு செய்யப்பட்டுவிட்டது. அதுவே இன்றளவும் வரலாற்று நிகழ்வாகவும் பேசப்படுகிறது.

3 களக்காடு கோட்டை

பூலித்தேவர் வெள்ளையனை விரட்டியடித்த செய்தி அந்தப் பகுதி முழுவதும் வேகமாகப் பரவியது. இதனால் அவரின் புகழ் மற்ற பாளையக்காரர்கள் மத்தியில் இமயமலை அளவுக்கு உயர்ந்தது.

இதனைப் பயன்படுத்தி அங்குள்ள பாளையங்கள் அனைத்தையும் ஒரே அணியில் இணைத்தார். அத்துடன் தமது நெற்கட்டான் செவ்வல் கோட்டையை இன்னும் வலிமை மிகுந்ததாக அமைத்தார்.

இச்சூழலில் ஊத்துமலை, பனையூர், வாசுதேவநல்லூர், கொல்லங்கொண்டான், களக்காடு போன்ற இடங்களில் பலமான கோட்டையைக் கட்டினார் பூலித்தேவர்.

இதில் களக்காடு இயற்கை பாதுகாப் பைக் கொண்டது, மேற்குத் தொடர்ச்சி

மலையடிவாரத்தில் அமைந்திருந்தது, இதன் அருகில் பேயாறு ஓடியது.

கோட்டையின் அருகில் இருந்த அடர்ந்த காடுகளைத் தாண்டி கோட்டையை நெருங்குவது என்பது, அந்நியர்களால் கற்பனை கூட செய்து பார்க்க முடியாத ஒன்றாக இருந்தது.

பூலித்தேவர் அமைத்த கோட்டைகள் அனைத்தும் நவீன தொழில் நுட்பத்தைக் கொண்டதாக அமைந்தது.

கோட்டைச் சுவரில் பல கொத்தளங்கள் அமைக்கப்பட்டன.

சுவரில் நிறைய துளைகள் இருந்தன. கொத்தளங்களில் இருந்த போர் வீரர்கள், இந்தத் துளையின் வழியாக எதிரிகளின் நடமாட்டத்தைப் பார்க்க முடியும். ஆயுதங்களைக் கொண்டு தாக்க முடியும். ஆனால் எதிரிகளுக்கு அவரது வீரர்கள் எங்கு உள்ளார்கள் என்பது தெரியாது.

கோட்டை மீதிருந்த கொத்தளங்களில் பல வீரர்கள் இருந்து கோட்டையைப் பாதுகாக்கும் பணியில் ஈடுபட்டனர்.

போர் செய்வதைக் குலத்தொழிலாகக் கொண்டிருந்ததால், அந்நியர்கள் மீண்டும் படை எடுப்பார்கள் என்பதை நன்கே அறிந்து போர் ஆயுதங்களைத் தயார் செய்தனர்.

பல ஆயுதங்கள் புதிதாகவும் உருவாக்கப்பட்டன. நம் தமிழர் களிடம் வெள்ளையர்கள் பயன்படுத்தியது போன்ற அதி நவீன துப்பாக்கி, பீரங்கி குண்டுகள் கிடையாது.. மாறாக ஈட்டியும், வேலும், வேல்கம்பும், வாளும், வல்லயமும், வளை தடிகளும் இருந்தன.

அன்னியர் போர் முறையும், நம் தமிழர் போர் முறையும் முற்றிலும் வேறுபட்ட ஒன்று.

பூலித்தேவரின் வீரர்கள் போர் ஆயுதங்களைத் தயார் செய்து போர்ப் பயிற்சியிலும் ஈடுபட்டனர். மீண்டும் அந்நியரின் படை எடுப்பை தோற்கடிக்கவும், அந்நியனை நம் மண்ணை விட்டே விரட்டியடிக்கவும், அனைத்து மறவர் பாளையங்களையும் ஒரே அணியில் நிற்கச் செய்தார்.

பூலித்தேவரின் தலைமையில் போர் செய்யத் தயார் என்ற நிலையில் பாளையங்கள் அனைத்தும் ஒன்று சேர்ந்தன. ஊத்து மலை, சேத்தூர், தலைவன் கோட்டை, கொல்லங் கொண்டான், வடகரை, சுரண்டை, ஊர்க்காடு, சிங்கம்பட்டி, நடுவக்குறிச்சி

பூலித்தேவர் ஆவுடையாபுரம் அரண்மனை

போன்ற பாளையங்கள் அனைத்தும் பூலித் தேவருக்குப் பக்கபலமாக இருந்தன.

திருச்சியில் இருந்த ஆங்கிலேயருக்கு, தம்மை விரட்டியடிக்க மற்ற பாளையங்களை ஒரே அணியில் பூலித்தேவர் திரட்டுகிறார் என்ற செய்தி கிடைத்தது.

சென்னை மற்றும் ஆற்காடு நவாப்புக்கு உடனடி அவசரச் செய்தியாக இது தெரிவிக்கப்பட்டது. ஆற்காடு நவாப் கம்பெனியாருக்கு கடிதம் ஒன்றை எழுதினார். பூலித்தேவரின் முயற்சிகளை முளையிலேயே கிள்ளி எறிய வேண்டும் என்றும், இல்லையெனில் நாம் தோற்பது உறுதி என்றும் அதில் குறிப்பிட்டிருந்தார்.

பூலித்தேவரின் அணியில் மேற்குப் பாளையங்கள் அனைத்தும் ஒன்று சேர்ந்து இருந்தன. கிழக்குப் பாளையங்கள் அவ்வாறு சேரவில்லை.

இதனையறிந்த நவாப்பும் வெள்ளையர்களும் கிழக்கு பாளையக்காரர்களுக்கு பதவி, பணம் என்று ஆசை வார்த்தை களைக் காட்டி, பூலித்தேவருக்கு எதிராகத் தங்களுக்கு ஆதரவளிக்க வேண்டும் என்று அவர்களிடம் பேரம் பேசினார்கள்.

இது ஒருபுறமிருக்க, மற்றொரு புறம் 'சுதேசி படை' என்ற ஓர் அமைப்பு ஏற்படுத்தப்பட்டது. ஆற்காடு நவாப்பும், ஆங்கிலேயர்களும் சேர்ந்து ஏற்படுத்திய புதிய திட்டம். முழுக்க முழுக்க பூலித்தேவரை எதிர்கொள்வதற்காக உருவாக்கப்பட்டது இந்தப் படை.

இப்படைக்கு தலைமை ஏற்று போருக்குப் புறப்பட்டவர் கான்சாகிப் என்னும் யூசூப்கான். உண்மையில் இவர் ஒரு தமிழர்.

இவரது இயற்பெயர் மருதநாயகம்.

யூசூப்கானாக மாறி ஆங்கிலேயருக்குக் கைக்கூலியாக இருந்தார்.

பூலித்தேவரின் பலத்தை ஏற்கெனவே ஆங்கிலேயர்கள் நன்கு அறிந்திருந்த காரணத்தால்தான் யூசூப்கானை அழைத்து வந்து இப்படைக்குத் தலைமை தாங்க வைத்தனர்.

இதனிடையே ஆற்காடு நவாபின் பிரதிநிதியான பட்டாணியன் மூடேமியா என்பவன் திருவாங்கூர் சென்று அங்குள்ள மன்னரைச் சந்தித்தான். களக்காட்டை அவருக்கு விற்க முன்வந்தான்.

மன்னரும் ஒரு தொகையைக் கொடுத்து களக்காட்டைத் தனது உரிமையாக்கிக் கொண்டார். அவ்வாறு விற்பதற்கான உரிமை அவருக்கு ஏற்கெனவே வழங்கப்பட்டிருந்தது.

இதுதான் தக்க தருணம் என்றும், படையை அனுப்பி களக்காட்டைக் கைப்பற்றிக் கொள்ளுமாறும் திருவாங்கூர் மன்னருக்கு ஆலோசனை வழங்கினான் மூடேமியா.

இந்தத் தகவல் கிடைக்கப்பெற்றதும் புத்திசாதுர்யத்தோடு இந்த விஷயத்தை அணுகத் திட்டமிட்டார் பூலித் தேவர். அரசியல் தந்திரமாக திருவாங்கூர்ப் படை புறப்பட்டு வருவதை மாபூஸ் கானுக்கு எதிராகத் திருப்பிவிட நினைத்தார்.

இந்தத் தகவல் மாபூஸ்கானுக்குப் போய்ச் சேருமாறு செய்தார். தமக்கு எதிராகப் போர் தொடுப்பதற்காக திருவாங்கூர்ப் படை புறப்பட்டு வருவதாகக் கிடைத்த சேதி மாபூஸ்கானுக்குக் கடுங் கோபத்தை வரவழைத்தது.

இதை உடனே தடுத்து நிறுத்த வேண்டும் என்று நினைத்து கம்பெனியின் ஆயிரம் வீரர்கள் மற்றும் நவாபின் அறுநூறு குதிரை வீரர்களைத் திரட்டியதோடு, தன் பங்குக்கு மேலும் ஒரு பெரிய படையைத் திரட்டிக் கொண்டு திருநெல்வேலியை நோக்கிச் சீறிப் பாய்ந்தார் மாபூஸ்கான்.

இந்தத் தகவலை திருவாங்கூர் மன்னருக்குத் தெரியப்படுத்திய பூலித்தேவர், மாபூஸ்கானை எதிர்ப்பதற்குத் தம்மோடு இணைந்து செயல்படுமாறு அவரிடம் கூறினார்.

அந்தத் தருணத்தில் இதுவே சரியான வழி என்பதை உணர்ந்து பூலித்தேவருக்கு ஆதரவாக இருக்க இணங்கினார் திருவாங்கூர் மன்னர்.

ஆக களக்காட்டை நெருங்கிக் கொண்டிருந்த திருவாங்கூர்ப் படையுடன் பூலித்தேவரின் படையும் சேர்ந்து கொண்டது. இவ்விரு பெரும் படையோடு ஆற்காடு நவாப் படை மோதியது.

கடும் சண்டை.

எதிர்த்துப் போரிட முடியாமல் திணறிய நவாப் படை வீரர்கள் புறமுதுகிட்டு ஓட்டம் பிடித்தனர்.

அவ்வாறு வேகமாக ஓடுவதற்குத் தடையாக இருக்கிறது என்பதற்காக அவர்கள் வைத்திருந்த ஆயுதமான துப்பாக்கிகளை வீசியெறிந்துவிட்டு ஓடினார்கள்.

அந்தத் துப்பாக்கிகளை எல்லாம் ஒன்றுவிடாமல் கைப்பற்றியது பூலித்தேவர் படை.

இதனிடையே அப்போதைக்கு நவாப் வசமிருந்த களக்காட்டுக் கோட்டை மீது மூடேமியா தாக்குதல் நடத்தினான்.

இவ்வாறு போரில் அனைத்தும் சாதகமான சூழ்நிலையில் இருந்தபோது காரணமே இல்லாமல் திருவாங்கூர்ப் படை அங்கிருந்து ஓடிப் போயிற்று.

தமக்கு ஆதரவாக இருக்கும் என்று நினைத்த அந்தப் படை வீரர்கள் திரும்பிப் போனதால் பயந்துபோன மூடேமியாவும் அங்கிருந்து ஓடிப் போய்விட்டான்.

இது முற்றிலும் எதிர்பாராத நிகழ்வு.

எனவே பூலித்தேவரும் தமது படையுடன் நெற்கட்டான் செவ்வலுக்குத் திரும்பிவிட்டார்.

நிச்சயமான தோல்வி என்று நினைத்து துவண்டு போயிருந்த மாபூஸ்கான் இச்சம்பவத்தால் பெரு மகிழ்ச்சி அடைந்தான்.

ஆனால் பூலித்தேவர் அடுத்த கட்ட முயற்சியை மேற்கொள்ள ஆரம்பித்தார். திருவாங்கூர் மன்னரோடு கலந்து பேசினார்.

மூடேமியா தலைமையில் திருவாங்கூர்ப் படை மீண்டும் போர் தொடுக்க வற்புறுத்தினார்.

இதனையடுத்து அந்தப் படையோடு பூலித்தேவர் படையும் இணைந்து மீண்டும் போர் தொடுத்தது. இதை சற்றும் எதிர்பாராத மாபூஸ்கானும் எதிர்த்துப் போரிட்டார். ஆனால் அவரது படை வீரர்களால் இந்த முறையும் தாக்குப்பிடிக்க முடியவில்லை.

நவாபின் ஐநூறு படை வீரர்களும், இருநூறு குதிரைப் படை வீரர்களும் சிறைப்பிடிக்கப்பட்டனர்.

அவர்களைக் காப்பாற்ற கிழக்கிந்தியக் கம்பெனி படை வந்தபோதிலும் இறுதி வெற்றி பூலித்தேவருக்கே கிட்டியது.

அந்தப் பகுதி முழுவதையும் தமது உரிமையாக்கிக் கொண்டார்.

ஆனாலும் ஆங்கிலேயர்களிடம் இருந்து அவர்களுக்குத் தேவையான உணவு இரகசியமாக அனுப்பப்பட்டு வரும் தகவல் பூலித்தேவருக்குக் கிடைத்தது. அவ்வாறு வரும் வழியை மறித்து உணவுப் பொருட்கள் அங்கு செல்லாமல் தடுத்து நிறுத்தினார்.

மேலும் நவாப் படைகளைத் தென்னகத்தை விட்டே விரட்டி அடித்தால்தான் நிம்மதியாக ஆட்சி செலுத்த முடியும் என்று நினைத்த பூலித்தேவர் அதுகுறித்து சிந்திக்க ஆரம்பித்தார்.

அவருடைய பார்வை இப்போது ஸ்ரீவில்லிபுத்தூர் கோட்டை மீது விழுந்தது. அது மிக முக்கியமான கோட்டையாகக் கருதப் பட்டது. ஆற்காடு நவாப் மற்றும் ஆங்கிலேயப் படை வீரர்கள் சிலர் அந்தக் கோட்டையைப் பாதுகாத்துக் கொண்டிருந்தனர்.

இக்கோட்டையைப் பாதுகாத்தவர்களில் முக்கியமானவர் ஆற்காடு நவாபுவின் சகோதரர் அப்துல் ரஹீம் மற்றும் அவரது உறவினர் அப்துல் மகூலி ஆகியோர்.

திடீரென்று ஸ்ரீவில்லிபுத்தூரை நோக்கி பூலித்தேவரின் படை வரும் என்று கனவிலும் நினைத்திராத அவர்களுக்கு பெரும் அதிர்ச்சியைத் தந்தது அவர்களின் திடீர்த் தாக்குதல்.

புலியைப் போன்று திடீரென்று வேகமாகப் பாய்ந்து வந்து தாக்குதல் நடத்தப்பட்டதால் நவாப் படையினர் மிரண்டு போயினர். ஆயுத பலம் இருந்தும் தாக்குப்பிடிக்க முடியாமல் அங்கிருந்து தலைதெறிக்க ஓட ஆரம்பித்தனர்.

ஆக, ஸ்ரீவில்லி புத்தூர் கோட்டை பூலித்தேவரின் வசமாகியது. இந்தச் செய்தி மதுரையைச் சுற்றிலுமுள்ள பாளையக்காரர்கள் மத்தியில் வேகமாகப் பரவியது.

இந்த வெற்றியானது அவர்களுக்கு பெரும் தலை நிமிர்வைக் கொடுத்தது. தைரியத்தையும், துணிச்சலையும் அளித்தது.

அவர்கள் அனைவரும் பூலித் தேவருக்கு ஆதரவளிக்கத் தாமாகவே முன்வரத் தொடங்கினர்.

களக்காடு போர் ஆயத்தம்

1755ஆம் ஆண்டு பூலித்தேவரால் கைப்பற்றப்பட்ட ஸ்ரீவில்லி புத்தூர் கோட்டை, தற்போது 'கோட்டைத் தலைவாசல்' என்று அழைக்கப்படுகிறது.

இந்த வெற்றிக்குப் பிறகு திருநெல்வேலியின் பக்கமாக அவர் கவனம் திரும்பியது.

இதனிடையே மதுரையில் உள்ள சில பாளையக்காரர்கள் பூலித்தேவர் பக்கம் சாய்ந்த தகவல் திருச்சியில் இருந்த ஆற்காடு நவாப் மற்றும் சென்னையில் இருந்த கிழக்கிந்தியக் கம்பெனியார் ஆகியோருக்கு எட்டியது.

இப்படியே வளரவிட்டால் பாண்டிய நாடு முழுவதையும் இழக்க நேரிடும் என்ற கவலை ஆங்கிலேயர்களிடம் எழுந்தது. எனவே பூலித்தேவரை எப்படியாவது அடக்கி ஒடுக்கிவிட வேண்டும் என்ற கோணத்தில் அவர்கள் யோசிக்கத் தொடங்கினர்.

திருநெல்வேலியில் இருந்த மாபூஸ்கானிடம் பூலித்தேவரை எதிர்த்து நிற்கும் வல்லமையும், திறமையும் இல்லை என்பதையும் அவர்கள் புரிந்துகொண்டனர்.

எனவே இந்த உண்மையை நவாபிடம் எடுத்துக்கூறி, அந்தப் பகுதி முழுவதையும் தங்கள் பொறுப்பில் எடுத்துக் கொள்ளும் யோசனையை முன்வைத்தனர். கான்சாகிப் தலைமையிலான சுதேசிப் படையை திருநெல்வேலிக்கு அனுப்பி பாதுகாப்புப் பணியைப் பலப்படுத்தத் தீர்மானிக்கப்பட்டது.

கிழக்கு பாளையக்காரர்களையும் பூலித்தேவர் தமது நட்பு வளையத்திற்குள் கொண்டுவந்துவிட்டால் நிலைமை இன்னும் மோசமாகிவிடும் என்று நினைத்த ஆங்கிலேயர்கள் புதிய திட்டம் ஒன்றை வகுத்தார்கள்.

ஏனென்றால் அந்தத் தருணத்தில் ஆயிரம் குதிரைப் படை வீரர்களும், 25 ஆயிரம் காலாட்படை வீரர்களும் பூலித்தேவர் படையில் இருந்தனர்.

இது பெரும் படை பலம்.

கிழக்கு பாளையக்காரர்களின் படை பலமும் சேர்ந்து கொண்டால் நிச்சயம் நிலைமை கவலைக்கிடம்தான் என்பதைத் தெளிவாகவே உணர்ந்தனர்.

கிழக்குப் பாளையக்காரர்களிடம் மாபூஸ்கான் பேரம் பேசினான். இந்த நேரத்தில் பூலித்தேவருக்கு எதிராக உதவினால் அவர்களுக்குப் பெருமளவில் பொன், பொருள் தருவதாக உறுதி அளித்தான். பிணைக்கைதிகளாக இருப்பவர்களை பாஞ்சாலங் குறிச்சி பாளையக்காரர் வசம் திருப்பித் தர நடவடிக்கை எடுப்பதாக வும் ஆசை வார்த்தைகளை அள்ளிவிட்டான்.

கிழக்கு பாளையங்களுக்குத் தலைமை வகித்த பாஞ்சாலங் குறிச்சிக் கட்டபொம்முவின் பாட்டனாரைத் தன்னோடு சேர்ந்து கொள்ளுமாறு கட்டாயப்படுத்தினான். அவரது ஆதரவைப் பெறு வதற்காகச் சில பக்கத்துக் கிராமங்களை அவருக்கு வழங்கினான்.

மாபூஸ்கானின் பசப்பு வார்த்தைகளில் மயங்கினார் பாஞ்சாலங்குறிச்சி பாளையக்காரர். அப்படியே கிழக்குப் பகுதி பாளையக்காரர்கள் அனைவரையும் பூலித்தேவருக்கு எதிராகப் போரிடுமாறும் கூறினார்.

இவ்வாறு ஆங்கிலேயருக்குத் தோள் கொடுக்கும் நவாப் பக்கம்

சேர்ந்து போர்புரியத் தயாராக இருந்த கிழக்குப் பகுதி பாளையக் காரர்கள் மீது கடுங்கோபம் கொண்டார் பூலித்தேவர். சொந்த மண்ணைக் காட்டிக் கொடுக்கும் வஞ்சகர்கள் என்று குற்றம்சாட்டி னார். கட்டபொம்முவின் பாட்டனார் மீது சிறிதளவு இருந்த மரியாதையும் போய்விட்டது.

ஆனால் அஞ்சவில்லை பூலித்தேவர்.

தமது நிலைப்பாட்டில் இருந்து பின்வாங்கப் போவதில்லை என்பதில் உறுதியாக இருந்தார்.

திருநெல்வேலியைத் தாக்கி மாபூஸ்கானை அங்கிருந்து விரட்டியடித்தே தீருவது என்பதில் திடமாக இருந்தார்.

இதனிடையே பூலித்தேவரின் வீரத்தைப் பற்றியும், அவரது சிறந்த பண்பைப் பற்றியும் நன்றாகவே அறிந்திருந்த ஆற்காடு நவாப் படைத் தளபதிகளான முடோமியா என்னும் முகமது மியானச், முகமது பார்க்கி, நபிகான் கட்டாக் ஆகியோர் அவருடன் தங்கள் நட்பை வளர்த்துக் கொண்டனர்.

பூலித்தேவரின் நெருங்கிய நண்பர்களாக மாறிவிட்ட இந்த இஸ்லாமியத் தளபதிகள், திருநெல்வேலிப் போரில் அவருக்குத் துணையாகப் பங்கேற்றனர்.

1956ஆம் ஆண்டு மார்ச் மாதம் 21ஆம் நாளன்று போரைத் தொடங்கிவிட்டார் பூலித்தேவர்.

கட்டபொம்மு, மாபூஸ்கான் இணைந்த பெரும் படையை எதிர்த்து மிகப் பெரிய போரை நடத்தினார்.

போரில் முடோமியா வேங்கையெனப் பாய்ந்து, எதிரிகளின் தலைகளை வெட்டித் தரையில் வீழ்த்தி முன்னேறினார். இவரின் அதிரடி வேகத்தைக் கண்டு பின்வாங்கி ஓடியது வெள்ளையர் படை.

அப்போது மாபூஸ்கான் படை வீரர்களில் ஒருவன் மறைவாக நின்றுகொண்டு முடோமியாவின் மார்பைக் குறிபார்த்துத் தனது துப்பாக்கியால் சுட்டான்.

துப்பாக்கியில் இருந்து வெளியேறிய தோட்டா முடோமி யாவின் மார்பைத் துளைத்து வெளியேறியது. இரத்த வெள்ளத்தில் அப்படியே தரையில் சாய்ந்தார் அவர். முடோமியா காயமடைந்த தகவல் அறிந்த பூலித்தேவர் பெரும் பதைபதைப்புடன் அங்கே ஓடிவந்து முடோமியாவைப் பார்த்தார்.

அதற்குள் முடோமியா இறந்து போயிருந்தார்.

அதிர்ச்சியில் உறைந்து போனார் பூலித்தேவர்.

எதற்குமே கலங்காத அந்த உள்ளம் அன்று கலங்கிவிட்டது. முடோமியாவின் மரணத்தை ஜீரணிக்க அவரால் முடியவே இல்லை.

சோகம் கருமேகக் கூட்டமாய் அவரைச் சூழ்ந்தடிக்க, அதற்கு மேலும் போரைத் தொடர விருப்பம் இல்லாமல், போரை நிறுத்திக் கொண்டு நேராக நெற்கட்டான் செவ்வல் கோட்டைக்குத் திரும்பி விட்டார்.

முடோமியாவின் வீரம் உலகறியச் செய்திட வேண்டும் என்று அவருக்கு நடுகல் ஒன்றை எழுப்பினார்.

இந்தப் போரில் பூலித்தேவர் படையைச் சேர்ந்த கணிசமான வீரர்கள் உயிர் துறந்தனர். என்றாலும் எதிரிகளின் படையில் இருந்த குதிரைகள், யானைகள், பீரங்கிகள், துப்பாக்கிகள் என்று ஏராளமானவற்றை அவரது படை வீரர்கள் கைப்பற்றினர்.

இது இவ்வாறு இருக்க, போரைப் பாதியிலேயே நிறுத்திவிட்டு பூலித்தேவர் திரும்பியதைத் தனக்குச் சாதகமாக மாற்றிக் கொண்டார் மாபூஸ்கான். 'இந்தப் போரில் மிகப் பெரிய வெற்றியைப் பெற்று விட்டோம்' என்று கிழக்கிந்தியக் கம்பெனியாருக்கும், ஆற்காடு நவாபுக்கும் செய்தி அனுப்பினான்.

இந்தச் செய்தியை அடுத்து திருச்சியில் இருந்த சுதேசிப் படைத் தலைவர் கான்சாகிபுவை திருநெல்வேலிக்கு அனுப்ப முடிவு செய்தார் நவாப். இதனையடுத்து உடனடியாக அங்கிருந்து புறப்பட்டு கயத்தாறை வந்தடைந்த அவர் அங்கு மாபூஸ்கானைச் சந்தித்தார்.

கட்டபொம்முவையும், அங்கிருந்த சில பாளையக்காரர்களை யும் துணையாக வைத்துக் கொண்டு போரில் மாபூஸ்கான் வெற்றி பெற்றிருந்தார். என்றாலும் அவர் உள்ளம் கவலையில் தோய்ந்து கிடந்தது. ஏனென்றால் பூலித்தேவரைப் பற்றி அவருக்கு நன்றாகத் தெரியும். நிச்சயமாக இதற்குப் பழிவாங்காமல் அவர் விடமாட்டார். இந்த வெற்றி நீண்ட நாட்களுக்கு நிலைக்காது என்பதை நன்றாகவே அறிந்திருந்தார்.

இந்த வெற்றியினால் கிழக்குப் பாளையக்காரர்களிடம் இருந்த கப்பத் தொகையைக் கணிசமாக வசூலித்துவிட முடியும் என்ற

வாண்டாயத்தேவன்

அவரது எண்ணமும் பலிக்கவில்லை. எதிர்பார்த்த அளவு வசூல் நடக்கவில்லை.

இது கான்சாகிபுக்கு வருத்தமளித்தது. அவர் மிகப் பெரிய வீரர் மட்டுமல்ல, மோசமான முரட்டுத்தனம் கொண்டவரும்கூட. எனவே கயத்தாறில் இருந்து புறப்பட்டு எட்டயபுரம் சென்றார்.

அங்கே கட்டபொம்முவும், எட்டையபுரம் மன்னரும் அவரை இன்முகத்தோடு வரவேற்றனர். பின்னர் அங்கிருந்து புறப்பட்டு தென்பாண்டி நாட்டின் பாளையங்கள் ஒவ்வொன்றிற்குள்ளும் சென்றார் கான்சாகிப். அவர்களிடம் கப்பம் கட்டுமாறு வலியுறுத்தி வசூல் செய்தார். கப்பம் கட்டுவதற்குத் தயங்கியவர்களும், மறுத்தவர்களும் கடுமையாகத் தாக்கப்பட்டனர்.

மருதநாயகம் என்ற கான்சாகிப்பின் மிரட்டலுக்கு அடிபணிய மறுத்து கப்பம் கட்ட முடியாது என்றார் கொல்லங்கொண்டான் பாளையக்காரர் வாண்டாயத்தேவன்.

எனவே அவருக்கு எதிராகப் போரைத் தொடங்கினார் கான்சாகிப். வாண்டாயத்தேவன் படையால் இந்தப் போரில் வெற்றி வாகை சூடமுடியவில்லை. உடனே தனது கோட்டையை விட்டு வெளியேறி, நெற்கட்டான் செவ்வல் வந்து பூலித்தேவரிடம் தஞ்சம் அடைந்தார் வாண்டாயத்தேவன்.

இவ்வாறு அடித்து உதைத்தும், போரிட்டும் பணம் வசூல் செய்த கான்சாகிப், கடைசியில் ஸ்ரீவில்லிபுத்தூரை அடைந்தார்.

கயத்தாறு போரின் வெற்றியும், கான்சாகிப் கிடைத்த பலமும் சேர்ந்து மாபூஸ்கானுக்கு பெரும் தைரியத்தை வரவழைத்தது.

இதனைத் தொடர்ந்து மேற்குப் பகுதி பாளையங்களில் அதுவரை வரி வசூல் செய்ய முடியாமல் திணறிவந்த வெள்ளையர்கள், அங்கிருந்த அவர்களின் அடிமைகளில் ஒருவருக்கு வரி வசூல் செய்யும் உரிமையைக் கொடுத்தனர்.

ஆனால் கயத்தாறு வெற்றியால் தலைக்கனம் பிடித்திருந்த மாபூஸ்கான் வரி வசூலிக்கும் உரிமையைத் தனக்கே தரவேண்டும் என்று நவாபிடம் கோரிக்கை வைத்தார்.

நவாப் மற்றும் வெள்ளையர்களின் சம்மதத்தை எப்படியோ பெற்று, பாளையக்காரர்கள் அனைவரும் தன்னிடம் கப்பம் செலுத்த வேண்டும் என்று அறிவித்தார்.

இதை அறிந்த பூலித்தேவர் கடுங்கோபம் அடைந்தார். ‘தாய் மண்ணில் உழைத்து வாழும் நம்மிடம், எங்கிருந்தோ பிழைப்புக்காக

கொல்லம் கொண்டான் ஜமீன் அரண்மனை

வந்த வந்தேறியவர்கள் வரி வசூலிக்க உரிமையே கிடையாது' என்று கர்ஜித்தார். பாளையக்காரர்கள் யாரும் கப்பம் செலுத்த வேண்டாம் என்றும் அறிவித்தார்.

ஆனால் வரி செலுத்தாவிட்டால் விளைச்சலைப் பறிமுதல் செய்யப் போவதாக அறிவித்தார் மாபூஸ்கான்.

இந்த மிரட்டலுக்குப் பயந்து விவசாயம் செய்தால்தானே விளைச்சலை எடுக்க முடியும் என்று நினைத்து விவசாயம் செய்ய வேண்டாம் என்று பாளையக்காரர்கள் முடிவெடுத்தனர்.

இது பூலித்தேவருக்கு அதிர்ச்சியை ஏற்படுத்தியது. எந்த மிரட்டலுக்கும் பயப்பட வேண்டாம் என்றும், விவசாயத்திற்கும் விளைச்சலுக்கும் போதிய பாதுகாப்பைத் தருவதாகவும் உறுதி அளித்தார்.

இந்த நம்பிக்கையை அடுத்து விவசாயம் நடைபெற்றது. மக்களின் துயர் தீர்க்கப்பட்டது.

இச்சூழலில்தான் கான்சாகிப் ஸ்ரீவில்லிபுத்தூருக்கு வந்துள்ள செய்தி பூலித்தேவருக்குக் கிடைத்தது. கான்சாகிப்பின் முரட்டுத்தனத்தைப் பற்றி நன்றாகவே அறிந்திருந்த அவர், அமைதி வழியைப் பின்பற்றி, பேச்சுவார்த்தை மூலமாக இந்தப் பிரச்சனைக்கு வழிகாண முற்பட்டார்.

தமது பிரதிநிதிகள் மூலமாக கான்சாகிப்பைச் சந்திக்கச் செய்து சில நல்ல வார்த்தைகளைப் பேசி, அவரைத் திரும்பிச் செல்லுமாறு அறிவுறுத்தினார்.

ஆனால் அதற்குச் சம்மதிக்க மறுத்துவிட்டார் கான்சாகிப். தமது வீரத்தின் மீது அசாத்திய நம்பிக்கை வைத்திருந்த காரணத்தால் சண்டையிட்டே தீருவது என்ற முடிவில் பிடிவாதமாக இருந்தார்.

அன்பாக அறிவுரை கூறினால் யாருக்கும் அது மண்டையில் ஏறுவதில்லை. மிரட்டி அடித்தால் மட்டுமே புரியும்.

அப்படித்தான் மருதநாயகமும். சண்டைக்குத் தயாராகி விட்டார்.

ஆனால் பூலித்தேவர் அவரைவிட அதிக பலமும், போர்க் கலையும் பெற்றவர் என்பது அந்தப் போரின் வாயிலாக கான்சாகிப் உணர்ந்தார்.

புயலைப்போல அதிக சக்தியோடு போரிட்டது பூலித்தேவர் படை. கான்சாகிப்பால் எதிர்த்துப் போரிட முடியவில்லை. சமாளிக்க முடியாமல் பின்வாங்க நேரிட்டது.

ஆக, ஸ்ரீவில்லிபுத்தூர் போர் பூலித்தேவருக்கு வெற்றியைத் தந்தது. வெற்றி முகத்தோடு நெற்கட்டான் செவ்வலுக்குத் திரும்பிய பூலித்தேவர், அடிபட்ட புலி மீண்டும் சீறிப் பாயும் என்ற உண்மையை உணர்ந்ததால் தமது படை பலத்தை மேலும் அதிகப் படுத்த ஆரம்பித்தார்.

இச்சூழலில் பூலித்தேவரின் நண்பன் நபிகான் கட்டாக் என்பவன் மிகப் பெரிய படையுடன் நெற்கட்டான் செவ்வலுக்கு வந்து அவருக்கு மிகுந்த உதவியைச் செய்தார்.

ஆற்காடு நவாப்பின் புதிய அதிகாரியாகப் பொறுப்பேற்ற பர்கத்துல்லா என்பவரும் நவாப்புடன் ஏதோ மனஸ்தாபம் ஏற்பட்டு பூலித்தேவருக்கு ஆதரவாக வந்து சேர்ந்தார்.

இதனிடையே தோற்றுப்போய் திருநெல்வேலியை அடைந்த மருதநாயகம், அங்கு ஏற்கெனவே அதிகாரம் செலுத்திவந்த மாபூஸ்கானுக்கு மரியாதை கொடுக்காமல் தன் விருப்பப்படி செயல் பட ஆரம்பித்தார். அத்துடன் வரி வசூலிலும் தலையிடத் தொடங்கினார்.

இதனால் மாபூஸ்கானுக்கும், கான்சாகிப்பும் இடையே கருத்து வேறுபாடு ஏற்பட்டது. மனக்கசப்பு முற்றியது. நவாப்பிடம் இது குறித்து புகார் தெரிவித்தார் மாபூஸ்கான். ஆனால் அவருக்கு சாதகமான பதில் எதுவும் அங்கிருந்து வரவில்லை. அதாவது நவாப் மற்றும் ஆங்கிலேய அதிகாரிகள் அனைவரும் கான்சாகிப்புக்கே ஆதரவாக இருந்ததால் கோபம் வந்துவிட்டது மாபூஸ்கானுக்கு.

அங்கிருந்து புறப்பட்டு நேராக நெற்கட்டான் செவ்வலுக்கு வந்த மாபூஸ்கான், தனக்கு நேர்ந்த அவமானத்தை விவரித்தார்.

'உண்மையாக உயிர் கொடுத்து உழைத்தேன், ஆனால் அவர்கள் எனக்கு அநீதி இழைத்துவிட்டனர். எனவே நான் தங்களிடம் பணிபுரிய வந்துவிட்டேன். என்னை ஏற்றுக் கொள்ளுங்கள்' என்றார் மாபூஸ்கான்.

தஞ்சம் என்று நம்பி வந்தவரைத் திருப்பி அனுப்பும் பழக்கம் என் குலத்துக்கே கிடையாது.. ஆனால் என்னை உறவாடிக் கெடுக்க மட்டும் எண்ணி விடாதே. தொலைத்துவிடுவேன்' என்று எச்சரித்துத் தம்முடன் சேர்த்துக் கொண்டார் பூலித்தேவர்.

இதையடுத்து மாபூஸ்கானைத் தன்னோடு சேர்த்துக் கொண்டார் பூலித்தேவர்.

ஆனால் மாபூஸ்கானைக் கைது செய்து வீட்டுச் சிறையில் வைத்திருந்ததாக நவாப் ஆட்கள் கூறிவந்தனர்.

இதனிடையே தோல்வி அவமானத்தைத் தந்தது கான்சாகிப் புக்கு. எப்படியாவது பூலித்தேவரை வென்றே ஆக வேண்டும் என்ற வெறியை ஏற்படுத்தியது. தமக்கு படை பலம் மற்றும் ஆயுத பலத்தை வழங்குமாறு கம்பெனியாருக்குக் கோரிக்கை விடுத்தார்.

இதனை அறிந்த பூலித்தேவர் தமது அறிவை நுணுக்கமாகப் பயன்படுத்தினார். ஆங்கிலேயப் படை ஸ்ரீவில்லிபுத்தூருக்கு வர வேண்டுமென்றால் திருச்சியில் இருந்து மதுரை வந்துதான் இங்கு வரவேண்டும். அதனைத் தடுத்து நிறுத்திவிட்டால் போதும் என்று அவர் சிந்தித்தார்.

அதற்கு என்ன செய்வது?

திருச்சிக்கும் மதுரைக்கும் இடையே திண்டுக்கல் இருக்கிறது. அங்கே அதிகாரம் செலுத்தி வருபவர் மாவீரர் ஹைதர் அலி. ஆங்கிலேயர்களை எதிர்ப்பதில் தீவிரம் காட்டி வருபவர்.

அவரைச் சந்தித்தால் என்ன?

ஆங்கிலேயப் படையை அழித்தொழிக்கத் தமக்கு உதவி செய்யுமாறும், அவ்வாறு செய்தால் ஐந்து லட்சம் ரூபாய் இனாமாகத் தருவதாகவும் தூதுவர் மூலம் ஹைதர் அலிக்குத் தகவல் அனுப்பி வைத்தார்.

அவ்வாறு உதவினால் சோழவந்தான் சீமையைத் தருவதாக மாபூஸ்கானும் உறுதியளித்தார்.

இம்முயற்சி வெற்றி பெற்றால் பழைய நாயக்க மன்னர் பரம்பரையைச் சேர்ந்த விசயகுமாரனுக்கு மதுரையைத் தருவது என்றும், மாபூஸ்கானுக்கு மைசூர் ராஜ்யத்தில் சிறப்பான பதவி ஒன்றைத் தருவது என்றும் ஏற்பாடானது.

இவர்களின் இந்தத் திட்டம் எப்படியோ கம்பெனியார் காதைச் சென்றடைந்துவிட்டது.

பதறிப் போனார்கள்.

ஆயுதங்கள் மூலமாக இவர்களை வீழ்த்துவது என்பது சிரமமான ஒன்று என்பதை உணர்ந்த அவர்கள், வேறு ஏதாவது

மாற்று வழி ஒன்றை ஏற்பாடு செய்ய வேண்டும் என்று நினைத்தனர். பாளையக்காரர்களுக்குத் தலைமை தாங்கும் பூலித் தேவரைத் தம் பக்கம் எப்படியாவது இழுத்துவிட்டால் போதும் என்ற எண்ணம் வந்தது.

பூலித்தேவருக்கு தூண்டில் போடப்பட்டது.

ஆனால் அடிமையாக இருப்பதற்கு ஒப்புக் கொள்கிறவரா பூலித்தேவர்?

அவர் ஒரு சுதந்திரப் பறவை.

தன்மானத்தின் சிகரம்.

ஆனாலும் தொடக்கத்திலேயே 'முடியாது' என்று மறுக்காமல், விஷயத்தை ஆறப்போட்டு தந்திரம் செய்தார்.

'எதற்கும் யோசிப்பதற்கு சற்று அவகாசம் வேண்டும்' என்று கூறி நாட்களை நகர்த்தினார்.

இதனிடையே தனது ஆட்களை ஸ்ரீவில்லிபுத்தூருக்கு அனுப்பி ஆங்கிலேயர்களின் செயல்பாடுகளைக் கூர்ந்து கவனிக்கச் செய்தார்.

இவ்வாறு உளவறிந்த ஒற்றர்களில் ஐந்து பேர் எப்படியோ கான்சாகிப்பிடம் சிக்கிக் கொண்டனர். அவர்களை பீரங்கி வாயில் வைத்துத் துடிக்கத் துடிக்க சுட்டுக் கொன்றான்.

இது தெரியவந்ததும் கோபத்தின் உச்சத்திற்கே சென்றார் பூலித்தேவர். எனினும் மிகவும் தந்திரமாகச் செயல்பட வேண்டும் என்ற நிலைப்பாட்டில் மட்டும் உறுதியாக இருந்தார்.

இந்தச் சந்தர்ப்பத்தில் பாளையங்கோட்டையைக் கைப்பற்ற வேண்டும் என்றும், அதுவே தனக்கு மிகப் பெரிய பலத்தைத் தரும் என்றும் நினைத்தார் மாபூஸ்கான்.

பூலித்தேவரின் துணையோடு பாளையங்கோட்டை மீது பலமான தாக்குதலை நிகழ்த்தினார்.

அப்போது அந்நகரைக் காத்து வந்தவர் வசவப்ப நாயக்கர். பூலித்தேவரின் ஆதரவோடு தாக்குதல் நடத்தும் மாபூஸ்கானை எதிர்க்கும் துணிச்சல் அவருக்கு இல்லை.

இதற்கு மாற்றாக பாஞ்சாலங்குறிச்சி பாளையக்காரர் கட்ட பொம்முவுக்கு அழைப்பு விடுத்தார். அதற்குப் பரிசாக சில கிராமங் களையும் கட்டபொம்முவுக்கு இனாமாக வழங்கினார்.

உடனடியாக எட்டையபுரத்து பாளையக்காரரையும் உதவிக்கு அழைத்தார். பின்னர் பாஞ்சாலங்குறிச்சி மற்றும் எட்டையபுரத்துப் படை வீரர்கள் இணைந்து வந்து மாபூஸ்கான் படையை எதிர்த்துப் போரிட்டு பாளையங்கோட்டையைக் கைப்பற்றினார்கள்.

இது மட்டுமல்லாமல் ஆங்கிலேயர்களுக்கு இன்னும் பல நிலைகளில் தோள் கொடுத்துக் காப்பாற்றியுள்ளார் வீரபாண்டிய கட்டபொம்மனின் பாட்டனார்.

ஒருமுறை மதுரையை ஆங்கிலேயப் படை முற்றுகை யிட்டிருந்தபோது அவர்களுக்கு உதவியாகப் பெரும் படையை அனுப்பி மதுரையைக் கைப்பற்ற உதவினார் கட்டபொம்மு.

இவ்வாறு அன்றைய நாட்களில் நவாபுக்கு சாதகமாக நடந்து கொண்டு பல கிராமங்களைப் பரிசாகவும் பெற்றவர் கட்டபொம்மு.

அப்படித்தான் பாளையங்கோட்டையையும் மாபூஸ்கான் கைப்பற்றி விடாமல் தடுத்தார்.

இந்தச் சந்தர்ப்பத்தைச் சரியாகப் பயன்படுத்திய கான்சாகிப், நெல்லைச் சீமையின் சர்வாதிகாரியாகத் தன்னை மாற்றிக் கொண்டார். ஆங்கிலேயர்களிடம் தனக்கிருந்த செல்வாக்கைப் பயன்படுத்தி ருத்ர தாண்டவம் ஆடினார்.

பின்குறிப்பு :

களக்காடு கோட்டை இருந்ததற்கான அடையாளங்கள் தற்போதும் களக்காட்டில் காணப்படுகின்றன. அங்குள்ள ஒரு பகுதி 'கோட்டை' என்றே இப்போதும் அழைக்கப்பட்டு வருகிறது. மண்ணாலான இடிந்த கோட்டை சுவர்களின் மீதத்தை இப்போதும் பார்க்க முடிகிறது.

4 மருதநாயகம்

கான்சாகிப் என்னும் மருதநாயகம் யார்?

ஆங்கிலேயர்கள் மற்றும் அவர்களுக்கு வெண்சாமரம் வீசிய ஆற்காடு நவாபுக்கு ஆதரவாக, அவர்கள் படைக்குத் தலைமை தாங்கி பூலித்தேவர் என்னும் சுதந்திரப் போராளியை எதிர்த்த மருதநாயகம் ஒரு பச்சைத் தமிழர்.

1725ஆம் ஆண்டு இராமநாதபுரம் மாவட்டத்தைச் சேர்ந்த பனையூர் என்னும் கிராமத்தில் பிறந்தார். வெள்ளாளர் குலத்தைச் சேர்ந்த ஒரு சாதாரண ஏழை விவசாயக் குடும்பத்தில் பிறந்த இவர், பின்னர் தனது சொந்தக் கிராமத்தை விட்டு புதுச்சேரிக்குச் சென்றார்.

அங்குள்ள ஆளுநர் மாளிகையில் சாதாரண பணியில் சேர்ந்த அவர், பிரெஞ்சு தேசத்தைச் சேர்ந்த மான்ஸ்டர் ஜாக் என்பவரோடு நட்பு பூண்டார். அவரிடம் கல்வியும் கற்றுத் தேர்ந்தார்.

அத்துடன் நல்ல நடத்தை உள்ளவராகவும் விளங்கியதால் பிரெஞ்சு அதிகாரிகள் இவர் மீது மிகுந்த பாசம் கொண்டனர். இவரை பிரெஞ்சுப் படைத் தளபதியாக அறிவித்து மதுரையில் பணியில் அமர்த்தினர்.

மதுரையில் இவருக்கு அளிக்கப்பட்ட பணி மதுரை நாயக்கர்களை அடக்க வேண்டும் மற்றும் தென் பகுதிகிளில் முறையாக வரி வசூல் செய்ய வேண்டும் என்பதே.

இந்தப் பணிகளை செவ்வனே செய்துவந்தபோது துரதிர்ஷ்டவசமாக அவர் மீது ஒரு திருட்டுப் பழி வந்து சேர்ந்தது. இதனால் தங்கள் ஆட்சிக்கு உட்பட்ட பகுதிகளில் இருந்து மருதநாயகம் வெளியேற்றப்பட்டார்.

வருத்தத்துடன் புதுச்சேரியை விட்டு வெளியேறிய மருதநாயகம் தஞ்சாவூரைச் சென்றடைந்தார். தஞ்சை மன்னரின் படைப்பிரிவில் ஒரு சாதாரண சிப்பாயாகப் பணியாற்றும் வாய்ப்பு கிட்டியது.

அங்கு பணியாற்றிக் கொண்டிருந்தபோது போர்த்துக்கீசியப் பெண்ணான மாஸா என்பவரோடு நெருங்கிப் பழகினார். பின்னர் அவரைத் திருமணமும் செய்து கொண்டார்.

தஞ்சையில் சிறப்பாகப் பணிபுரிந்த இவர் அங்கிருந்து ஆந்திராவில் உள்ள நெல்லூருக்கு மாற்றல் செய்யப்பட்டார். அங்கு ஆங்கிலேயப் படையின் இராணுவத்தில் பணியாற்றும் வாய்ப்பு கிட்டியது. அந்த படைப் பிரிவு ஆற்காடு நவாபின் கட்டுப்பாட்டின் கீழ் இருந்தது.

மருதநாயகத்திற்கு தண்டல் வசூலிக்கும் பொறுப்பு வழங்கப்பட்டது. அப்போது ஆற்காடு நவாப்பைச் சந்திக்கும் வாய்ப்பு அவருக்குக் கிடைத்தது. அதனைச் சரியாகப் பயன்படுத்திக் கொண்டு நவாப்புடன் நல்ல நட்பை ஏற்படுத்திக் கொண்டார்.

மருதநாயகத்தின் சிறப்பான பணியைப் பாராட்டி அவரை சுபேதார் என்னும் பதவிக்கு உயர்த்தினார் நவாப். நெல்லூரில் ஒரு சிறிய இராணுவத்தின் தலைமைப் பொறுப்பில் அமர்த்தப்பட்டார். ஆற்காடு நவாப்புக்கு போரின்போது உதவ வேண்டும் என்ற ஒற்றை நிபந்தனை அவருக்கு வழங்கப்பட்டிருந்தது.

அப்போது நவாப் பட்டத்தைப் பெறுவதற்காக வாரிசுச் சண்டை அங்கு உச்சகட்டத்தில் நடந்து வந்தது. ஆற்காடு நவாப்புக்கு ஆதரவாக தனது சிறிய படை வீரர்களோடு அந்தப் போரைச் சந்தித்தார் மருதநாயகம்.

இவரது இந்தச் செயல் ஆற்காடு நவாப் மற்றும் ஆங்கிலேயர் களின் நன்மதிப்பைப் பெற்றுத் தந்தது.

இவருக்கு சிறப்பான போர்ப் பயிற்சிகள் அளிக்கப்பட்டன. இராணுவத்தை செயல்படுத்தும் விதம், வீரர்களைக் கட்டுக் கோப்பாகச் செயல்பட வைப்பது, வீரர்களுக்குக் கட்டளையிடும் செயல் அனைத்தும் ஆங்கிலேயர்களால் கற்றுத்தரப்பட்டது.

கர்நாடகப் போரின்போது ஸ்ட்ரிங்கர் லாரன்ஸ் என்ற வெள்ளை அதிகாரியின் தலைமையின் கீழ்தான் போரில் கலந்து கொண்டார் மருதநாயகம்.

ஆங்கிலேயர்களின் போர்த் திறன், நுணுக்கம் போன்ற அனைத்தும் மருதநாயகத்திடம் சிறப்பாக இருப்பதை அறிந்த சென்னை ஆளுநர் ஜார்ஜ் பிகட் என்பவர் இவர் மீது மிகுந்த நம்பிக்கை வைத்திருந்தது குறிப்பிடத்தக்கது.

1760ஆம் ஆண்டு இராணுவத்தில் மிக உயரிய பதவியைப் பெற்றுச் சிறந்தார் மருதநாயகம்.

இராணுவத்தில் சாதாரண சிப்பாயான மருதநாயகத்திற்கு அங்கு மருத்துவராகப் பணியாற்றிய முகமது கமல் என்பவரோடு நெருங்கிய நட்பு கிடைத்தது. இதனிடையே சிறப்பாகப் பணியாற் றியதால் இராணுவத்தின் தலைமை பொறுப்பு இவருக்குக் கிடைத்தது.

மருதநாயகத்தை இஸ்லாம் மதத்திற்கு மாறும்படி வற்புறுத்தி னார் முகமது கமல். அவருக்கும் அந்த மதக் கோட்பாடுகள் சிறப்பானதாகத் தெரியவே சம்மதித்தார். இஸ்லாம் மதத்தைத் தழுவிய மருதநாயகத்தின் பெயரை 'முகமது யூசூப்கான்' என்று மாற்றினார் முகமது கமல்.

அதன்பிறகு மருதநாயகம் என்பவர் யூசூப்கான் என்றே அழைக்கப்படலானார். பின்னர் மதுரையில் நிர்வாகம் செய்தபோது கான்சாகிப் என்று அன்போடு அழைக்கப்பட்டார். அந்தப் பெயரே பின்னர் அவருக்கு நிலைத்துவிட்டது.

கர்நாடகப் போருக்குப் பிறகு தென் தமிழகத்தில் வரி வசூல் செய்யும் உரிமையை ஆற்காடு நவாப்பிடம் இருந்து ஆங்கிலேயர்

கள் பெற்றனர். அங்கு வரி வசூலிக்கும் பொறுப்பு நவாப்பின் சகோதரர் மாபூஸ் கானுக்கு வழங்கப் பட்டது.

ஆனால் பூலித் தேவரின் எதிர்ப்பு பலமாக இருந்ததால் அவரால் அங்கு வரி வசூலிக்க முடிய வில்லை. இதன்பிறகே யூசுப்கான் மாபூஸ் கானுக்கு உதவியாக திருநெல்வேலிக்கு அனுப்பி வைக்கப்பட் டார். அப்போது மாபூஸ்கானுக்கும் அவருக்கும் இடையே மனத் தகராறு ஏற்பட்டதை அடுத்து மாபூஸ்கான் பூலித் தேவரிடம் சரணடைந்து அவருக்கு ஆதரவாளராக மாறினார்.

மருதநாயகம்

மதுரை கோட்டையில் இருந்துகொண்டு திருநெல்வேலி, இராமநாதபுரம், சிவகங்கை பாளையங்களில் வரி வசூல் செய்ய யூசுப்கான் நியமிக்கப்பட்டார். இவருக்குப் போர்ப் பயிற்சி அளித்தவர் புரூட்டன் என்ற ஆங்கிலேயர்.

இந்நிலையில் இவரது வளர்ச்சியை விரும்பாத சிலர் எதிரிகளாக முளைத்தார்கள். நவாப் மற்றும் ஆங்கிலேய அதிகாரி களிடம் நற்பெயர் பெற்று வந்ததை அவர்கள் விரும்பாததே இதற்கு முக்கியக் காரணம்.

யூசுப்கானுக்கு எதிராகப் பல வதந்திகளை அவரது எதிரிகள் பரப்பிவிட்டனர். தனியாக சுதந்திரமான அரசை நிர்வகித்து வருவதுபோல ஆட்சி செய்து வருவதாகவும், வசூல் செய்யும் பணத்தை ஒழுங்காக நவாப்புக்கு அனுப்புவதில்லை என்றும், நவாப்புக்கு எதிராகப் பெரும் படையை உருவாக்கி வருவதாகவும் கிளப்பி விட்டார்கள்.

இதனிடையே யூசுப்கானுக்கு மற்றொரு மோசமான சோதனை சிவகங்கை ஜமீன் மூலமாக வந்து சேர்ந்தது. அவர் ஒழுங்காக வரி செலுத்தத் தவறியதாகக் குற்றம்சாட்டி சிவகங்கை மீது போர் தொடுக்க முடிவெடுத்தார் யூசுப்கான்.

இத்தகவலை அறிந்ததும் நேராகத் திருச்சிக்குச் சென்ற ஜமீன், அங்கு ஆற்காடு நவாப்பைச் சந்தித்தார். தமது பாளையத்தின்மீது யூசுப்கான் போர் தொடுக்க இருப்பதாகவும், அதன்மூலம் தமது நாட்டைக் கொள்ளையடிக்கத் திட்டமிட்டிருப்பதாகவும் கூறினார்.

அத்துடன் அண்மைக்காலமாக அவரது பழைய பிரெஞ்சு நண்பர்களோடு சகவாசத்தைப் புதுப்பித்துக் கொண்டு அந்நாட்டு வியாபாரிகளைப் பலமாக ஆதரித்து வருவதாகவும், அந்த வியாபாரி களிடம் இருந்து நிறைய பரிசுப் பொருட்களை வாங்கிக் குவித்து வருவதாகவும் கொளுத்திப்போட்டார். மட்டுமல்லாமல் பிரெஞ்சு நாட்டவர்களோடு சேர்ந்து கொண்டு நவாப் மற்றும் ஆங்கிலேயர்

களுக்கு எதிராகச் செயல்படத் தொடங்கிவிட்டதாகவும் சிவகங்கை ஜமீன் கூறினார்.

இந்தக் குற்றச்சாட்டுகளை யூசூப்கானின் எதிரிகளும் உண்மை என்று கூறியதால் கோபத்தால் முகம் சிவந்துபோன நவாப், யூசூப் கானைக் கைது செய்ய உத்தரவிட்டார்.

ஆங்கிலேயப் படைத் தளபதி கேம்டெல் என்பவருடன் மதுரை கோட்டை முற்றுகையிடப்பட்டது. பல நாட்கள் முற்றுகை, கடும் சண்டை இவற்றுக்கிடையே ஒரு வழியாக யூசூப்கான் கைது செய்யப்பட்டார்.

பல இக்கட்டான தருணங்களில் தங்களுக்கு ஆதரவாக இருந்து நிறைய உதவிகளைச் செய்ததை நினைத்துப் பார்த்த ஆங்கிலேயர்கள், அவருக்குத் தண்டனை வழங்காமல் விடுதலை செய்துவிடலாம் என்று கருதினர்.

ஆனால் யூசூப்கான் தமக்கு நம்பிக்கைத் துரோகம் இழைத்து விட்டதாகக் கடுங்கோபத்தில் இருந்த நவாப், அவரைத் தூக்கிலிட் டால் மட்டுமே தமது ஆத்திரம் அடங்கும் என்று சீறினார்.

இதனையடுத்து தூக்குமேடைக்குக் கொண்டு செல்லப்பட்டு மருதநாயகம் என்ற யூசூப்கான் தூக்கிலடப்பட்டார். அவர் இறந்து விட்டதாக நினைத்தால், அவர் இறந்துபோகாமல் எழுந்து நின்றார்.

இதனால் அதிர்ந்துபோய் இரண்டாம் முறையாகவும் தூக்கிலிட்டனர். அப்போதும் அவர் சாகவில்லை.

பின்னர் மூன்றாவது முறையாக அவர் காலில் பீரங்கியில் பயன்படுத்தப்படும் இரும்புக் குண்டுகளைக் கட்டித் தூக்கிலிட்ட னர். அப்போதுதான் அவர் உயிர் பிரிந்தது.

மூச்சுக் காற்றை உள் இழுத்து கழுத்து நரம்புகளை வலிமை யாக்கும் பல பயிற்சி வித்தைகளைக் கற்றவர் மருதநாயகம்.

இவரைத் தூக்கிலிட்ட இடத்தில் தற்போது பள்ளிவாசல் ஒன்று அமைந்துள்ளது. அது மதுரையில் இருந்து தேனி செல்லும் சாலையில் உள்ள காளவாசல் என்ற இடத்தில் காணப்படுகிறது. கான் சாகிப் பள்ளிவாசல் என்று இன்று அழைக்கப்படுகிறது.

மருதநாயகம் தூக்கிலிடப்பட்ட ஐம்பது ஆண்டுகளுக்குப் பிறகு ஜான் மெக்கடம் என்ற ஆங்கிலேய அதிகாரி கூறிய கருத்து இங்கே குறிப்பிடத்தக்கது.

‘இந்தியாவில் ஆங்கிலேயர்களுக்கு சேவை செய்த துணிச்ச

லான வீரர், இவருக்கு ஈடிணை எவரும் இல்லை' என்று மருதநாயகத்திற்குப் புகழாரம் சூட்டியுள்ளார்.

'எங்களின் போர் முறைகளைக் கற்றுக் கொண்டு அதில் மிகச் சிறந்த வீரர்களாகத் திகழ்ந்தவர்கள் இருவர் மட்டுமே. அவர்கள் மருதநாயகம் மற்றும் மைசூர் ஹைதர் அலி ஆகியோர்' என்று ஆங்கிலேயர்கள் சிலர் குறிப்பிட்டுள்ளனர்.

யூசூப்கானைத் தூக்கிலிட்டு அவர் இறந்த பிறகும் அவரது ஆத்மா சும்மா இருக்கவில்லை. வெள்ளையர்களைச் சுற்றிச்சுற்றியே வந்தது. அவர்களை இரவில் நிம்மதியாகத் தூங்கவிடவில்லை. ஆங்கிலேயர்களின் கனவுகளில் தோன்றி அவர்களை அஞ்சிநடுங்கச் செய்தார்.

ஆற்காடு நவாப்பும் இதேபோன்ற சிக்கலில் மாட்டிக்கொண்டு வருந்தினார். அவருக்கும் நிம்மதியான தூக்கம் போயிற்று. நவாப் மற்றும் ஆங்கிலேயர்களுக்காகப் பல நன்மைகளைச் சுயநலம் பாரா மல் செய்தவர் மருதநாயகம். தன் சாவைப் பற்றிய கவலையே இல்லாமல் துணிச்சலாகப் போராடி பல நேரங்களில் அவர்களைப் பாதுகாத்தார்.

அவ்வாறு நன்றி விசுவாசமாக இருந்தவர் மீது துளிக்கூட நன்றி உணர்வு இல்லாமல் அவரைத் தூக்கிலிட்டுக் கொன்றதோடு, அவரது குடும்பத்தையும் சிதைத்து சின்னாபின்னப்படுத்தி செய்த பெருந்தவறு, அவர்களை நிம்மதி இழக்கச் செய்தது.

அவரது உடலைத் தோண்டி எடுத்து துண்டு துண்டாக வெட்டியெடுத்து அந்த உடல் உறுப்புகளை வெவ்வேறு இடங்களுக்குக் கொண்டு சென்று எரித்தனர். மருதநாயகத்தின் தலை திருச்சியிலும், கைகள் பாளையங் கோட்டையிலும், கால்கள் தஞ்சாவூரிலும், மற்ற உறுப்புகள் அனைத்தும் மதுரையிலும் அனைத்து இறுதிக் காரியங்களும் செய்து முடித்தனர்.

மருதநாயகத்தின் ஆவி பயம் ஒரு பக்கம் இருந்தாலும், மூச்சை அடக்கும் வல்லமை உடையவர் என்பதால், ஒருவேளை சமாதிக்குள் இருந்து உயிர்பெற்றுத் திரும்பி வந்து அனைவரையும் பழிவாங்கக் கூடும் என்ற அச்சமே இதற்கு முழுக்காரணம்.

ஒருவேளை இறந்தவர் சமாதிக்குள்ளிருந்து உயிர் பெற்று மீண்டும் எழுந்துவந்துவிட்டால் என்ன செய்வது என்ற அச்சம் காரணமாகவே அவரது உடல் தோண்டி எடுக்கப்பட்டு பல துண்டுகளாக வெட்டி எரிக்கப்பட்டது.

5 வாசுதேவநல்லூர் போர்

கிழக்கிந்தியக் கம்பெனியாரின் தலைநகரமாக விளங்கிய சென்னை நகரம், பிரெஞ்சுப் படையினரால் முற்றுகையிடப் பட்டு ஆங்கிலேயர்களைக் கலங்கடித்தது.

தமது விசுவாசத்திற்குரிய எஜமானர் களாகிய ஆங்கிலேயர்கள் இக்கட்டான சூழலில் இருக்கும்போது, அவர்களின் இணையற்ற தளபதியாகவும், கம்பெனியாரி டம் இருந்து வீரப் பதக்கத்தைப் பெற்ற வருமான யூசுப்கானால் திருநெல்வேலியில் காலாட்டிக் கொண்டிருக்க முடியுமா?

உடனடியாக சென்னையை நோக்கி வில்லில் இருந்து விடுபட்ட அம்பாகப் பாய்ந்தார் கான்சாகிப்.

அங்கு ஆங்கிலேயர்களுக்கு ஆதரவாகப் பறந்து பறந்து பெரும் சண்டையில் ஈடுபட்டார்.

ஆங்கிலேயர்களை எதிர்த்துக் கடுமையாகப் போர் புரிந்து சிறு சிறு வெற்றிகளைப் பெற்றுக் கொண்டிருந்தது பிரெஞ்சுப் படையினர்.

ஆங்கிலேயர்களுக்கு எதிரான இந்த வெற்றி பாளையக்காரர்களிடம் பெரும் மகிழ்ச்சியை ஏற்படுத்தியது. யூசுப்கானும் நெல்லைச் சீமையில் இல்லாத அந்த வெற்றிடத்தை சாதகமாக்கிக் கொள்ள நினைத்தனர்.

தங்களது சுட்டுவிரல் அசைவுக்கு ஏற்றாற்போல ஆடப் பழக்கி வைத்திருந்த மாபூஸ்கானை, கான்சாகிப்பிற்குப் பதிலாகப் பட்டம் சூட்டினார்கள்.

என்னதான் இப்படிப்பட்ட உயர் பதவியை மாபூஸ்கானுக்கு வழங்கினாலும், லகான் என்னவோ பூலித்தேவரிடம்தான் இருந்தது. தேவரை மீறி மாபூஸ்கானால் எதுவுமே செய்ய முடியாது.

சென்னை முற்றுகைப் போர் கிட்டத்தட்ட பத்து மாதங்கள் நீடித்தது. அதுவரை யூசுப்கான் சென்னையில்தான் இருந்தார். இந்தக் காலக்கட்டத்தில் தென்சீமையில் பூலித்தேவரே சுதந்திரமாக, எந்தவித நெருக்கடியும் இல்லாமல் சிறப்பான ஆட்சியை நடத்தி வந்தார்.

அதன்பிறகு சென்னையில் போர்ப் பணிகள் அனைத்தும் முடிந்த நிலையில் மீண்டும் தென்னகத்தை நோக்கிப் பாய்ந்தோடி வந்தார் கான்சாகிப். மறுபடியும் போரைத் தொடங்கி பூலித்தேவரை எப்படியாவது வீழ்த்திவிட வேண்டும் என்று வேகம் எடுத்தார்.

இந்தக் கால இடைவெளியின்போது கிழக்கு பாளையக்காரர்களும் புரட்சியில் ஈடுபட்டுவந்த மேற்கு பாளையக்காரர்களுக்கு ஆதரவளித்து வந்தனர்.

இந்தத் தகவல் கிடைத்ததும் கோபத்தில் கொந்தளித்த கான்சாகிப், தனது படையை முடுக்கிவிட்டார். கொல்லங்கொண்டான், கோவில்பட்டி கோட்டைகள் மீது கடுமையான போர் தொடுத்து, அந்தக் கோட்டைகளைத் தகர்த்து தரைமட்டமாக்கினார். சற்றே தடம் புரண்டிருந்த பாஞ்சாலங்குறிச்சி, எட்டையபுரம் படைகளைத் திறமையாக வளைத்து முடக்கினார்.

இவ்வாறு கீழ்த்திசைப் பாளையங்கள் அனைத்தும் மீண்டும் கான்சாகிப் வசமானது.

இதையறிந்த மாபூஸ்கான் அச்சத்தின் உச்சத்திற்கே சென்றார். நிலைமை வேகமாக மாறிவரும் சூழலைப் புரிந்து கொண்டார். மேற்றிசைப் பாளையங்களையும் அவர் வெற்றி கொண்டுவிட்டால் தனது நிலைமை மிகவும் சிக்கலாகிவிடும் என்பதை உணர்ந்து, அதற்கேற்றாற்போல் மாறத் துடித்தார்.

ஏற்கெனவே பூலித்தேவரின் கட்டுப்பாட்டில் கிடந்த மாபூஸ் கானுக்கு எப்போது இங்கிருந்து விடுதலையாகிச் செல்வது என்ற எண்ணம் இருந்தது. இப்போது அதனை நிறைவேற்ற முயற்சி மேற்கொண்டார்.

தனது பிறவிப் புத்தியை இங்கே காட்டினார். எதிரிக்கு ஓலை ஒன்றை அனுப்பி வைத்தார்.

'மானமாய்ப் பிழைக்க எனக்கு ஒரு வாய்ப்பு தாருங்கள். அப்புறம் உங்கள் வழியில் குறுக்கிடாமல் எங்கோ போய் விடுகிறேன். தற்போது நான் தப்பிச் செல்ல வழியின்றி பூலித்தேவரின் இரும்புப் பிடிக்குள் சிக்கித் தவித்துக் கொண்டிருக் கிறேன். எனக்கு எப்படியாவது விடுதலை அளியுங்கள்' என்று கெஞ்சல் கடிதம் ஒன்றை அனுப்பினார்.

மேற்றிசைப் பாளையங்களை வெல்ல வேண்டும் என்றால் பூலித்தேவரை வென்றால் மட்டுமே முடியும் என்ற நிலை. ஆனால் அது அத்தனை எளிதாக இருக்கவில்லை.

எனவே மேற்றிசைப் பாளையக்காரர்களிடையே பிளவை ஏற்படுத்தினால் பூலித்தேவரின் பலத்தை அசைத்துவிட முடியும் என்று நினைத்தார் கான்சாகிப். அதற்கான சூழ்ச்சித் திட்டத்தை வகுக்க ஆரம்பித்தார். அதில் வெற்றியும் கிடைத்தது.

பூலித்தேவருக்கு மிக நெருக்கமாக இருந்தவர்கள் வடகரைப் பாளையம் என்னும் சொக்கம்பட்டி மற்றும் திருவாங்கூர் மன்னர்கள் மட்டுமே.

வடகரைப்பாளையம் என்பது திருவாங்கூர் எல்லைக்கு மிக அருகில் இருந்தது.

இதில் திருவாங்கூர் மன்னரை மிக எளிதாகத் தன் வசம் திருப்பினார் யூசுப்கான். ஆக கான்சாகிப் படையுடன், இணைந்து போர் செய்வதற்குத் தயாரானது திருவாங்கூர்ப் படை.

இந்தப் பிளவைப் பயன்படுத்திக் கொண்டு வடகரைப் பாளையத்தின் மீது போர் தொடுக்கப்பட்டது.

மிகக் கடுமையான போர்.

செங்கோட்டைக்கு அருகே கான்சாகிப் படை சென்றதும் அவரது பெரும் படைக்கு நிகரான பெரும் படை ஒன்று சேர்ந்து கொண்டது.

திருவாங்கூர் மன்னர் படையில் சுமார் பத்தாயிரம் வீரர்கள் இருந்தனர்.

வடகரை பாளையத்தார் தமது காடுகளை ஒருநாள் முழுவதும் எதிரிகளிடம் இருந்து காத்துப் போர் புரிந்தார்.

இந்தப் போரில் நூறு பேர் கொல்லப்பட்டனர். இரு தரப்பிலும் பலர் படுகாயமுற்றனர்.

இந்நிலையில் இப்பெரும் படையை எதிர்த்துச் சண்டையிட முடியாமல் திணறிய வடகரைப் பாளையத்தார், இரவில் தமது கோட்டையை விட்டு வெளியேறி நெற்கட்டும் செவ்வலுக்குத் தப்பிவந்து பூலித்தேவரிடம் சரணடைந்தார்.

இதனிடையே திருவாங்கூர்ப் படை கான்சாகிப்போடு இணைந்துதான் நின்றுகொண்டிருந்தது.

அவரது திட்டத்தைத் தவிடுபொடியாக்கி திருவாங்கூராரை மீண்டும் தமது பக்கம் திருப்பிவிட நினைத்தார்.

அப்போது வந்தவாசியில் கிழக்கிந்தியக் கம்பெனிப் படை மிகப் பெரிய தோல்வியை அடைந்திருந்தது. அநேகமாக வட மாவட்டங்களில் போர் முடிவுக்கு வந்திருந்தது.

இந்நிலையில் தென்பாண்டிச் சீமைக்குத் தமது படையை அனுப்பி கிழக்கிந்தியக் கம்பெனிப் படையை வென்று மாபூஸ்கானை நவாப்பாக ஏற்படுத்துவதாக ஊக்கமளித்து பிரெஞ்சுத் தளபதி டுப்ளே கடிதம் ஒன்றை பூலித்தேவருக்கு அனுப்பி இருந்தார்.

அக்கடிதத்தைத் திருவாங்கூராருக்கு அனுப்பி ஆங்கிலேயப் படைக்கு ஆதரவு காட்டுவதைத் தவிர்த்து, தமது பக்கம் சேர்ந்து ஆதரவளிக்குமாறு கேட்டுக்கொண்டார் பூலித்தேவர்.

எப்படியாவது ஆங்கிலேயர்களைக் காலூன்ற விடாமல் தடுத்து, சுதந்திரத்தைக் காப்பாற்றிக் கொள்ள வேண்டும் என்ற எண்ண உறுதியோடுதான் இவ்வாறு முயற்சி மேற்கொண்டார்.

ஆனால் திருவாங்கூர் மன்னர் தமது சுயநலத்தைப் பற்றி மட்டுமே அதிக ஆர்வம் கொண்டிருந்தார். அந்நியர்கள் நாட்டை அடிமைப்படுத்துவார்களே என்ற எண்ணமும், அச்சமும் சற்றும் இல்லாதவராகவே காணப்பட்டார்.

பூலித்தேவர் அனுப்பிய கடிதத்தைத் தனக்குச் சாதகமாக எப்படி பயன்படுத்திக் கொள்ளலாம் என்று யோசித்தார். கிழக்கிந்தியக் கம்பெனியாரிடம் இந்தக் கடிதத்தைக் காட்டி, அவர்களை மிரட்டினார். அதாவது தனக்கு ஏதாவது சலுகை காட்டவில்லை என்றால் பிரெஞ்சுப் படைக்கு ஆதரவாக செயல்படப் போவதாக மிரட்டினார்.

அப்போது ஆங்கிலேயர்களின் அடிவருடியாக இருந்த கான் சாகிப், திருவாங்கூர் மன்னர் இப்படி ஏடாகூடமாக ஏதாவது செய்துவிடக் கூடாது என்று நினைத்து களக்காடு கோட்டையை அவருக்குக் காணிக்கையாக வழங்கினார்.

நாட்டுப் பற்றோடு ஒரு நல்ல காரியம் நடக்கும் என்று நினைத்து முயற்சி மேற்கொண்ட பூலித்தேவரை நயவஞ்சகமாக ஏமாற்றிவிட்டார் திருவாங்கூரார்.

கூட்டணி அமைத்துக்கொண்ட கான்சாகிப்பும், திருவாங்கூர் மன்னரும் மேற்றிசைப் பாளையங்களைக் கட்டுப்பாட்டுக்குள் கொண்டுவர வேண்டுமென்றால் முதலில் பூலித்தேவரை அடக்கி வெற்றி கொள்வது அவசியம் என்ற முடிவுக்கு வந்தனர்.

பூலித்தேவருக்கு எதிராக மற்றொரு பெரிய போரை நிகழ்த்த வேண்டிய கட்டாயம் அவர்களுக்கு ஏற்பட்டது.

1759ஆம் ஆண்டு நவம்பர் மாதம் 6ஆம் தேதி அன்று பூலித் தேவர் வசமிருந்த பெரும் காட்டையும், கோட்டையையும் கான்சாகிப் படையினர் தாக்கத் தொடங்கினர்.

நிலைமையின் விபரீதத்தைப் புரிந்துகொண்ட பூலித்தேவர் கோபத்தின் உச்சத்திற்கே சென்றார்.

தாய் மண்ணைக் காப்பாற்றும் எண்ணம் சற்றும் இல்லாமல் நம்மவர்களை அடிமைகளாக்கத் துடிக்கும் ஆங்கிலேயர்களுக்காக தமிழ் மண்ணில் பிறந்த மாவீரன் மருதநாயகம், மதம் மாறி, பெயரையும் யூசூப்கானாக மாற்றி வைத்துக்கொண்டு போர் செய்யும் இழிநிலையைக் கண்டு வெகுவாக மனம் வருந்தினார் பூலித்தேவர்.

திருவாங்கூர் மன்னரைப் பேசிக் கவிழ்த்து தனக்கு எதிராகத் திருப்பிவிட்டு, கலகம் விளைவிக்கும் கான்சாகிப்பின் இழிசெயலைப் புரிந்து கொண்டார்.

இச்சண்டையை அடுத்து காட்டை விட்டு வெளியேறி தமது நெற்கட்டும் செவ்வல் கோட்டைக்குள் நுழைந்தனர் பூலித்தேவர் படையினர்.

இந்த வெற்றிக்குப் பிறகு மதுரை, பாளையங்கோட்டை, அச்சன்கோவில் ஆகிய இடங்களில் இருந்து உதவியை எதிர்பார்த்தார் கான்சாகிப்.

வெளிப்படையாக கான்சாகிப்பிற்கு ஆதரவு தருவது தெரியாமல் இருக்க வேண்டும் என்பதற்காக தனியாக முகாம் அடித்துக் கொண்டிருந்தது திருவாங்கூர்ப் படை. ஆனாலும் தொடர்ந்து கான்சாகிப்பின் கண்பார்வையில்தான் அந்தப் படை இருந்து வந்தது.

நவம்பர் மாதம் 20ஆம் தேதி நண்பகல் வேளையில் சுமார் 6 ஆயிரத்திற்கும் மேற்பட்ட வீரர்களுடன் திருவாங்கூர் படை பூலித்தேவரால் தாக்கப்பட்டது.

இந்தப் பயங்கரத் தாக்குதலை கான்சாகிப் சற்றும் எதிர்பார்க்க வில்லை என்பதால் கலங்கிப் போனார்.

உடனே தமது குதிரைப் படையை முதலில் அங்கு அனுப்பி வைத்தார்.

பின்னர் காலாட்படையை அனுப்பினார்.

ஆனால் அதற்குள் பூலித்தேவர் படை திரும்பிவிட்டது. ஆனால் அந்தத் தாக்குதலில் திருவாங்கூரின் நூறு வீரர்களைக் கொன்று குவித்திருந்தது. பலரைப் படுகாயம் அடையச் செய்தது.

இச்சம்பவம் நிகழ்ந்த அடுத்த இரண்டு தினங்களில் அச்சங் கோவிலில் இருந்து கான்சாகிப்பிற்கு படை உதவி கிடைத்தது.

தூத்துக்குடியில் இருந்து இரண்டு பீரங்கிகள் வந்து சேர்ந்தன.

இவ்வாறு தனது படை பலத்தைப் பெருக்கிக் கொண்ட கான் சாகிப் டிசம்பர் மாதம் 4ஆம் தேதி அன்று வாசுதேவநல்லூர் கோட்டையை முற்றுகையிட்டார்.

நெற்கட்டும் செவ்வல் கோட்டையைத் தவிர பிற அனைத்துக் கோட்டைகளைக் காட்டிலும் பூலித்தேவரின் வாசுதேவநல்லூர் கோட்டை அதிகப் பலம் வாய்ந்தது.

வாசுதேவநல்லூர் கோட்டையைத் தகர்த்தெறிவதுதான் அவர்களின் ஒரே நோக்கமாக இருந்தது. இந்தக் கோட்டை 300 கெஜம் அகலமும், 650 கெஜம் நீளமும் உடைய அழகிய மண் கோட்டை.

இதன் நான்கு மதில் சுவர்களும் மண்ணாலேயே மிக உயரமாகக் கட்டப்பட்டிருந்தது. இது செங்கற்களால் கட்டப் பட்ட சுவர்களைவிட பலமானதாக அமைந் திருந்தது.

இதன் ஒவ்வொரு மூலையிலும் ஒவ்வொரு கோபுரம் போன்று கொத் தளம் அமைக்கப் பட்டிருந்தது. அவற்றில் ஒன்றுக்கொன்றின் இடையே சம சதுரங்களில் சிறிய மறைவான நிலை மாடங்கள் அமைக்கப் பட்டன. வெளியில் நடப்ப வற்றை அவற்றில் இருந்து மற்றவர்களுக்குத் தெரியா மல் இரகசியமாகப் பார்க்க வசதியாக அவற்றில் வட்டமான சின்னஞ் சிறு துவாரங்கள் இருந்தன.

ஒவ்வொரு கொத்தளமும் தனித்தனியான பாதுகாப்புச் சுவரால் அமைக்கப்பட்டிருந்தன. உட்பிரகாரங்கள் கோட்டைச் சுவரைப் போன்று பாதுகாப்புச் சுவர்களால் கட்டப்பட்டிருந்தன.

மதுரை, பாளையங்கோட்டை நகரங்களில் அமைந்திருந்த கோட்டைகளில் இருந்து இந்தக் கோட்டையின் அமைப்பு ரொம்பவே வித்தியாசமாக இருந்தது.

மேற்குத் தொடர்ச்சி மலைக்கு சுமார் ஐந்து கிலோ மீட்டர் தொலைவில் உள்ள இந்த மண் கோட்டையைப் பிடித்து பூலித் தேவரை வீழ்த்துவதுதான் கான்சாகிபின் ஒரே நோக்கம்.

இதற்கு திருவாங்கூர் மன்னரின் முழுஒத்துழைப்பும் கிடைத்தது. அப்படியே நாகப்பட்டினம், மதுரை, பாளையங் கோட்டை, அச்சங்கோவில் ஆகிய பகுதிகளில் இருந்தும் கிழக்கிந்தி யக் கம்பெனியரால் ஏராளமான உதவிகள் வழங்கப்பட்டன.

மிகப் பெரிய போர்.

மிகக் கடுமையான போரும்கூட.

ஒரு மாதமாக இச்சண்டை நீடித்த பிறகே வாசுதேவநல்லூர் கோட்டையை கான்சாகிப்பால் முற்றுகையிட முடிந்தது.

இந்த முற்றுகையும் ஒரு மாதமாக நீடித்தது.

பீரங்கிகளால் கோட்டையைத் தகர்த்தெறிய அனைத்து முயற்சிகளும் மேற்கொள்ளப்பட்டும் அசைக்கவே முடியவில்லை.

இதனிடையே நெற்கட்டான் செவ்வலில் இருந்து புறப்பட்ட பூலித்தேவர், தமது படையினருடன் வாசுதேவநல்லூர் கோட்டைக்கு எதிர்ப்புறத்தில் இருந்து கான்சாகிப் படை மீது தாக்குதல் நடத்தினார்.

இந்த விவரம் கோட்டைக்குள் இருந்த வீரர்களுக்குத் தெரிய வந்ததும் வெற்றி முழக்கமிட்ட அவர்கள் கான்சாகிப் படையை எதிர்த்து மிகக் கடுமையாகத் தாக்குதல் நடத்தினர்.

இவ்வாறு இருமுனைத் தாக்குதலை எதிர்பார்க்காத ஆங்கிலேயப் படையினர் திக்குமுக்காடிப் போயினர்.

அவர்களின் திகைப்பைப் பயன்படுத்திக் கொண்டு இன்னும் கடுமையான தாக்குதல் நிகழ்த்தியது பூலித்தேவர் படை.

கடைசியில் வழக்கம்போலவே பூலித்தேவரே இந்தப் போரிலும் வெற்றி வாகை சூடினார்.

ஏறத்தாழ இரண்டு மாதங்கள் நீடித்த இந்தப் போரில் கிடைத்த வெற்றி மிகப் பெரியதே.

நாட்டின் சுதந்திரத்தைக் காப்பாற்றுவதற்காகவும், அடிமைப் படுத்த முனைந்த ஆங்கிலேயர்களை விரட்டியடிப்பதற்காகவும் வீரமுடன் போரிட்டார் பூலித்தேவர்.

இந்தத் தோல்வியை மிகப் பெரிய தலைக்குனிவாகக் கருதினார் கான்சாகிப். மாபெரும் வீரராக வலம்வந்த அவரால் இந்தத் தோல்வியை ஏற்றுக்கொள்ளவே முடியவில்லை.

திருநெல்வேலியை நோக்கி 'தப்பித்தேன், பிழைத்தேன்' என்றபடி புறமுதுகிட்டு ஓடினார் கான்சாகிப்.

இந்தச் செய்தி வெள்ளையர்களுக்கு பெரும் அதிர்ச்சியைக் கொடுத்தது. ஐரோப்பியர்களுக்கு இணையாக அதி நவீன போர் ஆயுதங்களைப் பயன்படுத்திய மருதநாயகம் வாசுதேவநல்லூர் போரில் மண்ணைக் கவ்வியதை அவர்களால் நம்பவே முடியவில்லை.

பெருத்த அவமானம் அடைந்த மருதநாயகம், இன்னும் அதிக படை பலத்தோடு அடுத்த சண்டைக்குத் தன்னைத் தயார் செய்து கொண்டிருந்தார்.

மதயானையைப் போல வஞ்சத்தை வைத்துக் கொண்டிருந்த கான்சாகிப், வாசுதேவநல்லூர் போருக்குப் பிறகு பூலித்தேவரின் பலம் நாளுக்கு நாள் பெருகிக் கொண்டே இருப்பதை அறிந்து கோபமடைந்தான். குமுறினான்.

6 ஒண்டிவீரன்

அருந்ததியர் என்னும் தாழ்த்தப்பட்ட சமூகத்தைச் சேர்ந்தவர் ஒண்டிவீரன். பூலித்தேவரின் படையில் முக்கியத் தளபதி யாகப் பணியாற்றியவர்.

வீரபாண்டிய கட்டபொம்மன் எவ்வாறு சாதிப் பாகுபாடு பார்க்காமல் அனைத்துப் பிரிவினரையும் அரவணைத் தாரோ, அதேபோல சாதிகளற்ற படையை நிறுவியவர் பூலித்தேவர்.

படைத்தளபதியாக இருந்தாலும் பூலித்தேவரையும், ஒண்டி வீரனையும் தனித்தனியாகப் பிரித்துப் பார்க்கவே முடியாது. எப்போதும் இருவரும் இணைந்தே இருந்தனர்.

நெற்கட்டான் செவ்வல் பகுதியில் இருளப்ப பிள்ளை என்பவர் தனது வலிமையைப் பயன்படுத்தி அங்குள்ள அருந்ததிய மக்களின் நிலங்களைப் பிடுங்கி தனக்குரியதாக்கிக் கொண்டார்.

இந்தக் கொடுமைக்கு முடிவு கட்டுமாறு அருந்ததிய மக்கள் பூலித்தேவரிடம் முறையிட்டனர். அவரும் தனது அதிகாரத்தைப் பயன்படுத்தி இருளப்ப பிள்ளை அபகரித்து வைத்திருந்த நிலங்களை மீட்டு அருந்ததிய மக்களிடம் கொடுத்தார்.

அப்போது முதல் அருந்ததிய மக்கள் அனைவரும் பூலித்தேவரைத் தங்களின் கண்கண்ட தெய்வமாகவே நினைத்துப் போற்றிப் புகழ்ந்தனர்.

இவ்வாறு மீட்டெடுக்கப்பட்ட நிலங்களில் ஒன்று ஒண்டிவீரனின் தாத்தாவுக்குச் சொந்தமானதாக இருந்தது. அவரது தாத்தாவிற்கு மொத்தம் எட்டுக் குழந்தைகள். ஒரு குழந்தையின் பெயர் முத்தவர். அவரது மகனின் பெயர் வீரன். பின்னர் ஒண்டி வீரன் என்று அறியப்பட்டார்.

பூலித்தேவரிடம் நன்மதிப்பைப் பெற்ற ஒண்டிவீரன், வேக வளர்ச்சியைப் பெற்று தலைமைத் தளபதி என்ற அளவிற்கு உயர்ந்தார். பூலித்தேவரின் போர்வாள் என்று புகழப்பட்டார்.

போர்த் திட்டங்களை நிலைமைக்கு ஏற்றாற்போல வகுத்துச் செயல்படுவதில் நிபுணர் ஒண்டிவீரன். அதேபோல மறைந்திருந்து தாக்குதல் நடத்தி எதிரியை நிலைகுலையச் செய்வதிலும் கை தேர்ந்தவர்.

நெற்கட்டான் செவ்வல், திருநெல்வேலி, வாசுதேவநல்லூர், களக்காடு, கங்கைகொண்டான், ஸ்ரீவில்லிபுத்தூர் ஆகிய இடங்களில் ஆங்கிலேயர்களுக்கு எதிராகப் போரிட்டு வெற்றியைப் பெற்றதில் ஒண்டிவீரனுக்கு முக்கியப் பங்கு உண்டு.

இவ்வாறு ஒண்டிவீரன் தலைமைத் தளபதியாக பதவி வகித்த நிலையில்தான் கான்சாகிப், ஆங்கிலேயர்களின் துணையோடு நெற்கட்டான் செவ்வல் மீது தாக்குதல் நடத்தத் திட்டமிட்டார்.

பூலித்தேவரிடம் மோதி மிகப் பெரிய தோல்வியை அடைந்த கான்சாகிப், தனது அவமானத்தைத் துடைத்தெறிவதற்காகவே மற்றொரு போரை நடத்தத் தீர்மானித்திருந்தார்.

ஆற்காடு நவாப் மற்றும் சென்னையில் உள்ள ஆங்கிலேய அதிகாரிகளுக்குக் கடிதங்கள் எழுதினார். கைவசம் உள்ள

ஆயுதங்களைப் பயன்படுத்தி பூலித்தேவரைத் தோற்கடிப்பது முடியாத காரியம் என்றும், நவீன போர்க் கருவிகளை அனுப்பி வைக்க வேண்டும் என்றும் எழுதினார்.

பூலித்தேவரின் கோட்டைகளை பீரங்கிகளின், குண்டுகளால் சிறு விரிசலைக்கூட ஏற்படுத்த முடியவில்லை என்றும், எனவே மதுரை மற்றும் சென்னையில் இருந்து ஆயுதங்களையும், வீரர்களையும் அனுப்ப வேண்டும் என்றும் அக்கடிதத்தில் குறிப்பிட்டார் கான்சாகிப்.

இவ்வாறு மிகப் பெரிய அளவில் தன்னைத் தயார்ப்படுத்திக் கொண்ட பிறகே மீண்டும் போர் நடத்தப் புறப்பட்டார்.

பச்சைத் தமிழரான கான்சாகிப் வந்தேறிகளோடு கைகோர்த்துக் கொண்டு நாட்டைக் காட்டிக் கொடுக்கும் நயவஞ்சகச் செயலைப் புரிந்து கொண்டிருந்தது பூலித்தேவருக்கு உள்ளபடியே வருத்தத்தை அளித்தது.

பூலித்தேவரின் நெற்கட்டான் செவ்வல் கோட்டையைத் தகர்ப்பதற்கு 18 பவுண்ட் பீரங்கிக் குண்டுகள் தேவை. ஆனால் ஆங்கிலேயப் படை வசம் 12 மற்றும் 14 பவுண்ட் குண்டுகளே அப்போது இருந்தன. அதைப் பயன்படுத்தி பூலித்தேவரை வெல்வது என்பது சாத்தியமே இல்லை என்பதை ஆங்கிலேயத் தளபதி கெரான் அறிந்திருந்தார்.

எனவே பூலித்தேவரை மிரட்டி, அச்சுறுத்தி கப்பம் வசூலிப்பதே நல்லது என்று முடிவு செய்தார். அதற்காக பூலித் தேவருடன் பேச்சுவார்த்தை நடத்துவதற்காக தென் மலையில் முகாமிட்டிருந்த ஆங்கிலேயர்கள், முதலியார் துபாஷை பூலித்தேவர் கோட்டைக்கு அனுப்பி வைத்தார்.

முதலியாரும் பூலித்தேவரிடம், பெரும்படையுடனும், நவீன ஆயுதங்களுடனும் போருக்குத் தயாராக இருப்பதாகவும், தங்களோடு மோதி வெற்றி பெறுவது என்பது இம்முறை நடக்காது என்றும் கெரானின் தூதுவராகக் கூறினர்.

எனவே தங்களோடு சமாதானமாகப் போகுமாறும் அந்தத் தூதுவர் மூலமாக வலியுறுத்தினார்கள் ஆங்கிலேயர்கள். அத்துடன் சமாதானம் வேண்டாம் என்று முரண்டு பிடித்து போர் நடத்தியே தீருவது என்று நினைத்தால் ஆற்காடு நவாப்பிடம் இருந்து வரி வசூலிக்கும் உரிமையின் அடையாளமாகத் தங்கள் வசம் உள்ள பட்டத்து வாளையும், குதிரையையும் கடத்திக் கொண்டு

வரவேண்டும் என்று தெரிவித்தனர். அதே நேரத்தில் போர் தொடங்குவதற்கு அடையாளமாக அங்கிருக்கும் நகராவையும் முழங்க வேண்டும் என்று நிபந்தனை விதித்தனர்.

நகரா என்பது மிகப் பெரிய வடிவம் கொண்ட தோலினால் ஆன இசைக் கருவியாகும்.

இந்த நிபந்தனையை பூலித்தேவர் ஏற்றுக் கொண்டார். பின்னர் இது குறித்து தமது தளபதிகளை அழைத்து தீவிர ஆலோசனையும் மேற்கொண்டார்.

பூலித்தேவரின் படையில் ஒண்டிவீரன் பகடை, சின்னான் பகடை, பெரியான் பகடை, சிவத்தசொக்கன், கருத்தசொக்கன், ஓடிக் குத்துவான் பகடை என்று பல அருந்ததியப் படைகள் இருந்தன.

படைத் தளபதிகளில் ஒருவரான ஒண்டிவீரன் உடனே எழுந்து, பட்டத்து வாளையும், குதிரையையும் கவர்ந்து வருவது தனது பொறுப்பு என்று கம்பீரமாக உறுதியோடு கூறினார்.

ஒண்டிவீரனின் சாமர்த்தியமும், விவேகமும், வீரமும் பூலித் தேவருக்கு நன்றாகவே தெரியும் என்பதால் உடனடியாக அதற்கு பச்சைக்கொடி காட்டிவிட்டார்.

எதிரியின் பலமான பாதுகாப்பு மிகுந்த முகாமிற்குள் சென்று திரும்பி வருவது என்பது ரொம்பவும் ஆபத்தானது என்பதை அறிந்திருந்த ஒண்டிவீரன் மாறுவேடத்தில் செல்ல நினைத்தார்.

அவர் தேர்ந்தெடுத்த மாறுவேடம் செருப்பு தைப்பவர் வேடம்.

எங்கும் கும்மிருள் பரவிக் கிடந்தது.

காட்டுப் பூச்சிகளின் பலவிதமான ரீங்காரங்கள் இரவின் நிசப்தத்தைக் கலைக்க முயற்சித்துக் கொண்டிருந்தன.

முகாமிற்குள்ளும் ஒரே கும்மிருட்டு. தீவட்டியுடன் சில வீரர்கள் பாதுகாவலுக்கு நின்றிருந்தார்கள்.

அவர்களின் கண்களில் மண்ணைத் தூவியபடி எப்படியோ முகாமிற்குள் புகுந்துவிட்டார் ஒண்டிவீரன்.

அப்படியிருந்தும் அவரை சிலர் பார்த்துவிட்டார்கள்.

விரைந்து வந்து, 'யார்?' என்று கேட்டார்கள்.

"நான் செருப்பு தைக்கிறவன். குதிரை வாரை செப்பனிடுவதற் காகவும் வந்தவன்" என்று பொய் சொன்னார்.

ஒண்டிவீரனின் தோற்றமும் அதற்கேற்ப இருந்ததால் அந்த சிப்பாய்கள் அதை நம்பிவிட்டார்கள்.

அந்த வேலைக்கான தேவை அப்போது இருந்ததால் முகாமிற்குள் ஒண்டிவீரனை அனுமதித்துவிட்டார்கள்.

மகிழ்ச்சியுடன் உள்ளே நுழைந்த அவரும் முகாமை நன்கு பார்வையிட்டார். பட்டத்து வாள் மற்றும் பட்டத்து குதிரையும் எங்கே இருக்கின்றன என்பதை நோட்டமிட்டார்.

கண்டுபிடித்துவிட்டார் அவற்றை.

இனிமேலும் தயக்கம் எதற்கு?

கும்மிருட்டு வேறு அவருக்குக் கைகொடுத்தது.

தகுந்த நேரத்திற்காகக் காத்திருந்தார்.

அந்த நேரமும் வந்தது.

முதலில் பட்டத்து வாளை எடுத்து பத்திரப்படுத்திக் கொண்டார்.

அடுத்து பட்டத்துக் குதிரையைத் திருட வேண்டும்.

அந்தக் குதிரை இருந்த இடத்தை நோக்கி மெல்ல மெல்ல முன்னேறிச் சென்றார்.

அதனருகே சென்று கயிற்றை அவிழ்த்தபோது குதிரை பலமாகக் கனைத்தது.

இந்த சப்தத்தைக் கேட்டதும் ஆழ்ந்த உறக்கத்தில் இருந்த சிப்பாய்கள் விழித்துக் கொண்டனர்.

இதைக் கவனித்த ஒண்டிவீரன், அவர்களிடம் சிக்கிவிடாமல் இருப்பதற்காக அருகே குதிரைக்காக வைக்கப்பட்டிருந்த புல் குவியல்களுக்குள் படுத்துக் கொண்டு தன்னை நன்றாக மறைத்துக் கொண்டார்.

சப்தம் வந்த திசையை நோக்கி விரைந்து வந்த எதிரிகள், பட்டத்து குதிரையைக் கட்டியிருந்த கயிறு அவிழ்ந்து கிடந்ததைப் பார்த்தனர்.

சந்தேகத்துடன் சுற்றுமுற்றும் பார்த்த அவர்கள் பின்னர் சமாதானம் அடைந்தவர்களாக உற்றுக் கவனித்தார்கள். குதிரையைக் கட்டியிருந்த முளைக் கம்பு பலமற்று ஆடியதைப் பார்த்தனர்.

உடனே ஒரு சிப்பாய் அதைப் பிடுங்கி மற்றொரு இடத்தில் ஆழமாகவும், அழுத்தமாகவும் அடித்து ஊன்றினான். அவன் அவ்வாறு அடித்த அந்த இடம் புல்லுக்குள் மறைந்திருந்த ஒண்டிவீரனின் கை இருந்தது. அவரது கையின் மீதுதான் அந்த ஈட்டி போன்ற கூர்மையான முளைக் கம்பு குத்தி நின்றது.

வலி!

மிகக் கடுமையான வலி!

தாங்க முடியாமல் கத்தினால் எதிரிகள் கண்டுபிடித்து விடுவார்கள். அப்புறம் சவாலில் வெற்றி பெற முடியாது. தன் தாய் மண்ணைக் காப்பாற்ற முடியாது.

வலியைப் பொறுத்துக்கொள்!

வலியைப் பொறுத்துக்கொள்!

இப்படி மனதிற்குள் திரும்பத் திரும்பச் சொல்லிக் கொண்டே பொறுத்துக் கொண்டார்.

அந்த சிப்பாய்களும் புதிதாக ஒண்டிவீரனின் கையின் மீது அடித்த முளைக் கம்பில் குதிரையை நன்றாகக் கட்டிவிட்டு திரும்பவும் உறங்கச் சென்றுவிட்டனர்.

அவர்கள் அனைவருமே உறங்கிவிட்டனர் என்பதை உறுதி செய்யும் வரை வலியைப் பொறுத்துக் கொண்டு, வாயைப் பொத்திக் கொண்டு அந்த புல் கட்டுக்குள்ளேயே கிடந்தார் ஒண்டித்தேவன்.

அனைவரும் உறங்கிவிட்டனர் என்பது உறுதியானதும் தனது கையை விடுவிக்க முயன்றார்.

முடியவில்லை.

நன்றாக கம்பில் சிக்கிக் கொண்டிருந்தது.

என்ன செய்வது?

எப்படியாவது சவாலை வென்றே ஆக வேண்டும்?

அப்படியானால் அதற்கு என்னதான் வழி?

கையை எப்படியாவது அதிலிருந்து விடுவித்தே ஆக வேண்டும்.

ஆனால் கை நன்றாக சிக்கிக் கொண்டது.

அப்படியானால் அதற்கு ஒரே வழிதான் இருக்கிறது.

சிக்கிக் கொண்டிருக்கும் கையை வெட்டித் துண்டாக்கிவிட வேண்டியதுதான்!

ஓர் இக்கட்டான சமயத்தில் வீரத்தோடும் விவேகத்தோடும் துணிச்சலாக இப்படியொரு முடிவை எடுத்தார் அந்தத் தியாகச் செம்மல் ஒண்டிவீரன்.

ஏற்கெனவே தான் வைத்திருந்த பட்டாக்கத்தியை எடுத்தார். கம்பில் சிக்கிக் கொண்டிருந்த தனது கையை வெட்டினார்.

இரத்தம் சொட்ட சொட்ட, உயிர் போகிற அளவிலான வலியையும் பொறுத்துக் கொண்டு புல் குவியலில் இருந்து வெளியே வந்தார்.

பட்டத்துக் குதிரையை அவிழ்த்தார்.

ஓசைப்படாமல் அந்த முகாமில் இருந்து வெளியேறினார்.

அப்போது அந்த முகாமிற்குள் நிறுத்தப்பட்டிருந்த பீரங்கிகள் அனைத்தும் நெற்கட்டான் செவ்வலை நோக்கி எந்த நேரமும் சுடுவதற்குத் தயாராக நின்றிருந்தன.

இதைப் பார்த்த ஒண்டிவீரனின் மூளையில் திடீரென்று ஓர் அறிவுச் சூரியன் பளிச்சிட்டது.

இரத்தம் சொட்டிக் கொண்டே இருந்த நிலையிலும், அதனால் ஏற்பட்ட வலியைப் பொருட்படுத்தாமல் பீரங்கிகளை எதிரிகளின் கூடாரத்தை நோக்கித் திருப்பி வைத்தார்.

அப்புறம் அங்கிருந்த நகராவை அடித்து போர் முழக்கம் செய்துவிட்டு பட்டத்துக் குதிரையை வேகமாக விரட்டிக் கொண்டு நெற்கட்டான் செவ்வலை நோக்கிப் பறந்தார் ஒண்டிவீரன்.

நள்ளிரவில் திடீரென்று நகரா பயங்கரமாக ஒலி எழுப்பியதால், போருக்கான அவசரம் ஏற்பட்டுவிட்டதை எண்ணி உறக்கத்தில் இருந்து எழுந்த ஆங்கிலேய மற்றும் கூலிப் படை சிப்பாய்கள், வேகமாகத் தங்கள் பீரங்கிகளை இயக்க ஆரம்பித்தனர்.

என்னவொரு சோதனை!

பீரங்கிகளில் இருந்து புறப்பட்ட குண்டுகள் அவர்களின் கூடாரத்தின் மீதே பலத்த ஓசையுடன் விழுந்து வெடித்தது.

பற்றி எரியத் தொடங்கியது கூடாரம்!

சொந்த வீரர்கள் குண்டடிபட்டு இரத்தம் சிந்தினார்கள்!

சிலர் செத்து மடிந்தனர்!

பலர் படுகாயமடைந்தனர்!

என்ன நடக்கிறது என்று யோசிப்பதற்குள் ஆங்கிலேயர்களின் முகாம் முற்றிலுமாகச் சேதமடைந்து சின்னாபின்னமாகிவிட்டது.

அதற்குள் நெற்கட்டான் செவ்வல் கோட்டையை அடைந்த ஒண்டிவீரன், பூலித்தேவரிடம் வெற்றிப் பெருமிதத்துடன் பட்டத்து வாள் மற்றும் குதிரையைக் கொடுத்தார்.

மகிழ்ச்சியின் உச்சத்திற்கே சென்ற பூலித்தேவர் அப்போது தான் ஒண்டிவீரனின் கையில் இருந்து இரத்தம் வடிந்து கொண்டே இருப்பதைப் பார்த்தார்.

அவரது கை வெட்டப்பட்டிருந்ததைப் பார்த்துத் திடுக்கிட்டார்.

'என்ன இது?' என்று அதிர்ச்சியோடு கேட்டார்.

சுருக்கமாக அதை விவரித்த ஒண்டிவீரன், 'எனக்கு ஒரு கை போனால் என்ன? அதற்குப் பதிலாக நீங்கள் தங்கத்தில் ஒரு கை செய்து கொடுப்பீர்களே!' என்றார்.

போர்க்களத்தில் 'தனக்கு நிகர் தானே' என்பதை மீண்டும் ஒருமுறை நிரூபித்துவிட்டார் ஒண்டிவீரன். கொரில்லாப் போர் முறையில் கைதேர்ந்த, போர்த் தந்திரங்கள் நிறைந்த அவர், பூலித் தேவருக்குப் பிறகும் அவரது மகன்களுக்கு உதவியாக இருந்தார். புதுக்கோட்டைப் போரில் ஆங்கிலேயர்களை எதிர்த்து வெற்றி வாகை சூடினார்.

ஒண்டிவீரனின் மரணம் பற்றிய தகவல்கள் எதுவும் இல்லை. ஆனால் அப்பகுதி மக்கள் ஒண்டிவீரனைத் தங்களின் தெய்வமாக நினைத்தே வழிபடுகின்றனர்.

'நொண்டிச் சிந்து', 'ஒண்டிவீரன்' போன்ற நாட்டுப்புறப் பாடல்கள் அவரது வீரத்திற்குச் சாட்சியாக இன்றும் விளங்கி வருகிறது.

7 மீண்டும் போர்

அவமானத்தில் வெதும்பிக் கொண்டிருந்த கான்சாகிப், தனது படையின் பெரும் பகுதியை மீண்டும் நெற்கட்டுஞ் செவ்வல் முன்பாக மறுபடியும் குவிக்கத் தொடங்கினான்.

அவன் வெறி அடங்கவே இல்லை.

1760ஆம் ஆண்டு டிசம்பர் மாதம் நெற்கட்டுஞ் செவ்வலில் இருந்து சுமார் ஐந்து கிலோ மீட்டர் தொலைவில் உள்ள மலை அடிவாரத்தில் கான்சாகிப்பின் பெரும் படை முகாம் அடித்தது.

அச்சங்கோவில், தூத்துக்குடி ஆகிய பகுதிகளில் இருந்து பேய் வாய்ப் பீரங்கி

களைத் தருவித்தார். அதற்கான குண்டுகளைக் கொடுக்குமாறு திருச்சிக்கு சேதி அனுப்பினார்.

பின்னர் டிசம்பர் 12ஆம் தேதி அன்று திருநெல்வேலியில் இருந்து சீறிப் பாய்ந்து வந்தார் கான்சாகிப் என்னும் மருதநாயகம்.

தனது படைகள் அமைத்திருந்த முகாமில் அவரும் இணைந்து திருச்சியில் இருந்து வரும் குண்டுகளுக்காகக் காத்துக் கொண்டிருந்தார்.

ஆயிற்று...

எட்டு நாட்கள் கடந்தோடியது.

திருச்சியில் இருந்து எதுவும் வந்து சேரவில்லை. அவை வராமல் போரைத் தொடங்குவது வெற்றிக்கு வழிவகுக்காது என்பதால், காத்திருந்தார் மருதநாயகம்.

அடுத்த போருக்காக அருகிலுள்ள மலை அடிவாரத்தில் கான்சாகிப் முகாமிட்டிருப்பதை மோப்பம் பிடித்த பூலித்தேவர் இந்த முறையும் அவரைத் தோற்கடிக்க சபதம் பூண்டார்.

மருதநாயகத்தின் படை போரைத் தெடங்குவதற்கு முன்பாக அவர்கள் எதிர்பாராத ஒரு தருணத்தில் மிகப் பெரிய தாக்குதல் நடத்திட வேண்டும் என்று திட்டமிட்டார்.

டிசம்பர் மாதம் 20ஆம் தேதி அன்று கான்சாகிப்பின் முகாமை நாலாபுறமும் சுற்றிச் சூழ்ந்தது பூலித்தேவர் படை.

மின்னல் தாக்குதல்!

சூறாவளித் தாக்குதல்!

அதிரடித் தாக்குதல்!

இந்தத் தாக்குதலைச் சற்றும் எதிர்பாராத கான்சாகிப் சுதாரித்துக் கொண்டு, தனது பெரும் படையோடு மிகப் பெரிய தாக்குதலைத் திருப்பிக் கொடுத்தார்.

பெரும் போர்!

மிகப் பெரிய சண்டை!

பூலித்தேவர் படையில் ஏறத்தாழ நூறு வீரர்கள் வீரமரணம் அடைந்தனர்.

அதேநேரத்தில் கான்சாகிப் படையில் பத்துப் பேர்

மாண்டனர். எழுபதுக்கும் மேற்பட்ட குதிரைகளும், வீரர்களும் குற்றுயிரும் குலை உயிருமாக படுகாயம் அடைந்தனர்.

இப்படியொரு அதிரடித் தாக்குதலை எதிர்பார்க்காததால் கதிகலங்கிப் போனார் கான்சாகிப். திருச்சியில் இருந்து சரியான தருணத்தில் போருக்கான ஆயுதங்களை அனுப்பி வைக்காததுதான் இதற்குக் காரணம் என்று கோபம் வேறு வந்தது.

ஆனாலும் என்ன செய்ய?

இந்தப் போரிலும் பூலித்தேவரே வெற்றி வாகை சூடினார். எதிர்த்துத் தாக்குதல் நடத்த முடியாமல் முகாமைக் கலைத்துவிட்டு இப்போதும் புறமுதுகிட்டுச் செல்ல வேண்டிய நிலைமையே மருத நாயகத்திற்கு ஏற்பட்டது.

இதனால் இன்னும் கொதித்துப் போயிருந்தார் மருதநாயகம். அவர் எப்படியும் மீண்டும் பழிவாங்கும் எண்ணத்தோடு போர் தொடுத்து வருவார் என்பதை பூலித்தேவர் நன்றாகவே அறிந்திருந்தார். எனவே அதற்கேற்பத் தமது படைபலத்தை மேலும் அதிகரிப்பது குறித்து அவர் யோசிக்க ஆரம்பித்தார்.

இதனிடையே ஆங்கிலேயர்களின் அதிகாரம் சற்று மேலோங்கத் தொடங்கியது. கர்நாடகாவில் அவர்களுக்கு முக்கிய எதிரிகளாக விளங்கிய பிரெஞ்சு மற்றும் டச்சுக்காரர்களின் செல்வாக்கு வெகுவாகக் குறையத் தொடங்கியது.

பூலித்தேவருக்கு இது ஒரு எதிர்பாரா மாற்றமாகவே அமைந்தது.

அதேபோல அவர்களைவிட்டு விலகிச் சென்ற மாபூஸ்கான், தமது சகோதரர் ஆற்காடு நவாப்புடன் ஒற்றுமை ஏற்படாமல் மீண்டும் தங்களைத் தேடி வந்துவிடுவார் என்று எதிர்பார்த்தார். ஆனால் அதுவும் நடக்கவில்லை.

இதுபோன்ற விரும்பத்தகாத மாற்றங்களால் பாளையக் காரர்கள் மத்தியில் நம்பிக்கை மெல்ல மெல்லத் தளரத் தொடங்கியது.

இதனிடையே கான்சாகிப்பின் அதிகார போதை அதிகமாகிக் கொண்டே போயிற்று. தமிழகத்தைத் தொடர்ந்து சூறையாடிக் கொண்டே இருந்தார்.

இதனிடையே பாஞ்சாலங்குறிச்சியில் பொல்லாப் பாண்டிய நாயக்கர் கட்டபொம்முவின் மகன் ஜகவீரக் கட்டபொம்மு

பதவிக்கு வந்திருந்தார். இவர் வீரபாண்டிய கட்டபொம்மனின் தந்தை.

கட்டபொம்முவைப் போன்று அடிமைப்புத்தி இவருக்குக் கிடையாது. ஆனாலும் வீரபாண்டிய கட்டபொம்மனைப் போன்று வீரம் செறிந்தவராகவும் இருக்கவில்லை. அஞ்சா நெஞ்சம் படைத்தவராக இல்லை.

இவை அனைத்துமே பூலித்தேவருக்குச் சாதகமாக இருக்கவில்லை.

இதனிடையே கான்சாகிப், ஆங்கிலேயர்களுடன் சேர்ந்து கொண்டு தங்களது இறுதி ஆட்டத்தைத் தொடங்கினார்கள். இந்த முறை எப்படியாவது வெற்றியைத் தொட்டே ஆக வேண்டும் என்ற ஒரே வெறிதான் மருதநாயகத்தின் மனதில் ஆழமாகப் பதிந்து கிடந்தது.

மேற்குப் பகுதியில் உள்ள பாளையக்காரர்களை ஒவ்வொருவராகத் தங்கள் வசமாக்குவதில் தீவிரம் காட்டினார். அதாவது பூலித்தேவரை மட்டுமே தனியாளாக்கிவிட்டால் தங்கள் வெற்றி சுலபமாகிவிடும் என்பது ஆங்கிலேயர்களின் எண்ணம். அதற்கேற்பத்தான் அவர்கள் இந்த மாதிரியான திருவிளையாடல் களில் ஈடுபட்டனர்.

அநேகமாக பெரும்பாலான பாளையக்காரர்கள் கான்சாகிப் நிர்வாகத்திற்குக் கட்டுப்பட்டவர்களாக மாறிவிட்டனர். சுமார் 2 ஆயிரம் படை வீரர்கள் கான்சாகிப் படையில் தங்களை இணைத்துக் கொண்டனர். மேலும் 2 ஆயிரத்துக்கும் மேற்பட்ட வீரர்கள் தங்கள் விசுவாசத்தைத் தெரிவித்தார்கள்.

குறிப்பாக நடுவக்குறிச்சி பாளையமும் கான்சாகிப்போடு இணைந்து கொண்டதுதான் மிக மோசமான மாற்றம்.

பிரித்தாளும் சூழ்ச்சித் திட்டத்தின் பயனாக திருவாங்கூர் மன்னரிடம் நயவஞ்சகமாகப் பேசி பூலித்தேவருக்கு எதிராகச் செயல்பட்டால் பல சலுகைகள் கிடைக்கும் என்று தூண்டில் போடப்பட்டது.

பாளையக்காரர்கள் பலரும் பூலித்தேவருக்கு எதிரான நிலைப் பாட்டை எடுத்ததை அறிந்த மன்னரும், இதுதான் சரியான நேரம் என்று நினைத்து கான்சாகிப்போடு இணைந்து செயல்பட சம்மதித்தார்.

இத்தனை ஆதரவான சூழல் ஏற்பட்ட போதிலும் பூலித்தேவர் மீதான அச்சம் இன்னும் இருக்கத்தான் செய்தது. எனவே எப்படியாவது பூலித்தேவரைப் போரில் வெற்றி கொள்வதற்கான சிறப்பான யோசனைகளைத் தனக்குத் தெரிவிக்குமாறு ஆங்கிலேய அதிகாரிகளுக்குக் கடிதம் எழுதினார்.

இதுபோன்ற சந்தர்ப்பத்திற்காகவே காத்திருந்த ஆங்கிலேயர்களும் உடனடியாக தகுந்த ஆலோசனைகளை கான்சாகிப்புக்குத் தெரிவித்தனர்.

இந்த வகையான பலமான திட்டமிடலுடன் அடுத்த போருக்கான ஆயத்த முயற்சியில் ஈடுபட்டார் கான்சாகிப். சுற்றி

உள்ள காடுகளில் நிறைய முகாம்கள் அமைக்கப்பட்டு அங்கெல்லாம் வீரர்கள் போருக்குத் தயாரான நிலையில் வைக்கப் பட்டனர்.

இந்தத் தகவல்கள் கிடைத்ததும் பூலித்தேவர் உஷாரானார். இந்தப் போரைத் தக்க முறையில் எதிர்கொள்ள அவர் திட்டம் தீட்டினார்.

அதேநேரத்தில் பகல் வேளையில் பூலித்தேவரை நேருக்கு நேராக எதிர்த்துப் போரிடுவது நிச்சயமாக முடியாது என்பதை அறிந்த கான்சாகிப், இரவில் கோட்டையை முற்றுகையிட்டுக் கடும் போர் புரியத் திட்டம் தீட்டிய தகவல் பூலித்தேவருக்குக் கிடைத்தது.

இதனையடுத்து பூலித்தேவர் படையின் முக்கியத் தளபதியான வெண்ணிக் காலாடி என்பவர் கான்சாகிப் தலைமையிலான முகாம் மீது பெருந் தாக்குதல் நடத்தத் தீர்மானித்தார்.

அதற்கு முன்பாக வெண்ணிக் காலாடி என்பவர் யார் என்பதை நாம் தெரிந்து கொள்ள வேண்டும்.

இவரும் தாழ்த்தப்பட்ட வகுப்பைச் சேர்ந்தவர். இவரை பெரிய காலாடி என்றும் அழைப்பார்கள். தன்னோடு சில படை வீரர்களை அழைத்துக் கொண்டு காட்டில் முகாமிட்டிருந்த முகாம் மீது திடீர்த் தாக்குதலை நடத்தினார்.

இவர்களின் அசுரத் தாக்குதலால் நிலைகுலைந்துபோன கான்சாகிப்பும், அவரது சிப்பாய்களும் சுதாரித்து எதிர்த்துப் போர் புரிவதற்குள் பெரும் இழப்பைச் சந்திக்க நேரிட்டது. பின்வாங்கி ஓட வேண்டிய நிலைமையும் ஏற்பட்டது.

அந்த நேரத்தில் மறைந்திருந்த எதிரிகளில் ஒருவன் வெண்ணிக் காலாடி மீது பயங்கரத் தாக்குதல் நடத்தினான். இதில் காலாடியின் வயிறு கிழிந்து அவரது குடல் வெளியே வந்து விட்டது.

உடனே தனது தலையில் கட்டியிருந்த தலைப்பாகையை எடுத்து வெளியே வந்த தனது குடலை மீண்டும் வயிற்றுக்குள் தள்ளி, அந்தத் துண்டால் தனது வயிற்றை இறுகக்கட்டிக் கொண்டு விடாது சண்டையிட்டார் அந்த மாவீரன் வெண்ணிக் காலாடி.

எதிரிகளைத் தோற்கடித்துவிட்டு வெற்றிப் பெருமிதத்துடன் பூலித்தேவரிடம் அதனை மகிழ்ச்சியோடு கூறிவிட்டு வீரமரணம் அடைந்தார் வெண்ணிக் காலாடி.

அவரது வீரத்தை மெச்சும் விதமாகப் பின்னர் அவர் போரிட்டு வீர மரணமடைந்த இடத்தில் வீரக்கல் ஒன்றை பூலித் தேவர் நட்டு வைத்தார். அந்த இடம் இன்றும் அப்பகுதி மக்களால் 'காலாடி மேடு' என்று அழைக்கப்படுகிறது.

1761ஆம் ஆண்டு மே மாதத்தில் கான்சாகிப் தனது பெரும் படை பலத்தோடு பூலித்தேவர் படையோடு போரைத் தொடங்கினார்.

இந்தப் போர் மிகக் கடுமையாகத்தான் இருந்தது. தன்னோடு நட்போடு இருந்து, பல நேரங்களில் ஆதரவுக்கரம் நீட்டியவர்கள் பெரும்பாலும் இப்போது ஆங்கிலேயர்களின் சூழ்ச்சிக்குப் பலியாகி அவர்களுக்குத் தோள் கொடுத்து உதவிக் கொண்டிருந்தனர்.

பெரும்படை!

நவீன ஆயுதங்கள்!

பேய்வாய் பீரங்கிகள்!

துரோகம், பொறாமை, கோழைத்தனம் போன்ற அனைத்தும் சேர்ந்து பலரும் பூலித்தேவருக்கு எதிராக அணி திரட்டப் பட்டிருந்த நிலைமை.

'ஒருவர் பாக்கி இல்லாமல் எல்லாப் பாளையக்காரர்களையும் கான்சாகிப் அடக்கிவிட்டான்' என்று வரலாற்றுக் குறிப்புகள் தெரிவிக்கின்றன.

'பாளையக்காரர்களில் இறுதியாக அடக்கப்பட்டவர் பூலித் தேவரே. 1761ஆம் ஆண்டு மே மாதத்தில் பூலித்தேவரின் மூன்று பெரும் கோட்டைகளை நான் வெற்றிகரமாகப் பிடித்துவிட்டேன்' என்று ஆங்கிலேய அதிகாரிகளுக்கு கடிதம் மூலம் தகவலைத் தெரிவித்துள்ளார் கான்சாகிப்.

பல ஆண்டுகளாகப் போராடியும் தோல்வியை மட்டுமே தழுவி வந்த கான்சாகிப், கடைசியில் இங்கிலாந்தில் இருந்து தருவிக் கப்பட்ட பேய்வாய் பீரங்கிகளின் உதவியோடு பூலித்தேவரின் வலுவான கோட்டையில் முதல் உடைப்பை ஏற்படுத்தினார்.

இதன்பிறகு மெல்ல மெல்ல ஆட்டம் காணத் தொடங்கிய கோட்டைச் சுவரை, இன்னும் இன்னும் பலமாகத் தாக்குதல் நடத்தியதன் வாயிலாக உடைத்துத் தூளாக்கியது எதிரிப்படை.

ஆங்கிலேயப் படையின் ஆயுதங்களோடு கோட்டைக்குள் முதன்முதலாக நுழைந்தார் கான்சாகிப்.

இந்நிலையில் வேறுவழியின்றி எஞ்சியிருந்த படையினரோடு அங்கிருந்து கடலாடிக்குத் தந்திரமாகத் தப்பிச் சென்றார் பூலித்தேவர்.

இவ்வாறு கோட்டையை விட்டுத் தப்பிச் சென்றாலும் அவர் வாளாதிருக்கவில்லை. இரகசியமாகப் படைகளைத் திரட்டும் பணியில் ஈடுபட்டு வந்தார்.

இந்தப் போரில் நெற்கட்டான் செவ்வல் கோட்டை, வாசுதேவ நல்லூர் கோட்டை, நல்லூர்கோட்டை ஆகியவை கான்சாகிப்பால் கைப்பற்றப்பட்டன.

இவ்வாறு ஆங்கிலேயர்களுடன் கூட்டு சேர்ந்து கொண்டு ஒரு உண்மையான தேச பக்தரை, மாவீரரை வெற்றி கொண்டார் மருதநாயகம் என்ற கான்சாகிப்.

எந்த ஆங்கிலேயருக்காகப் பாடுபட்டாரோ, இந்த ஆங்கிலேய ரோடு சேர்ந்து கொண்டு தவறுகளைச் செய்த ஆற்காடு நவாபுக்காக பாடுபட்டாரோ அவர்களால்தான் கொடூரமாகக் கொல்லப் பட்டார் மருதநாயகம்.

1764ஆம் ஆண்டு அக்டோபர் மாதம் 15ஆம் நாள் அவரைத் தூக்கிலிட்டுக் கொன்றார் ஆற்காடு நவாப்.

அவரது இறந்த உடல் உறுப்புகள் அனைத்தும் துண்டு துண்டாக வெட்டப்பட்டு நாடெங்கும் பொதுமக்கள் பார்வைக்கு ஆங்காங்கே கூரிய கம்பங்களில் குத்தி வைக்கப்பட்ட கொடூரம் நிகழ்ந்தது.

கான்சாகிப் இறந்ததற்காக மகிழ்ச்சியில் துள்ளிக் குதித்தார் ஆற்காடு நவாப். அவரது இறப்புக்காக எந்தவொரு மக்களும் துளிக் கண்ணீர் கூட சிந்தவில்லை.

8 இறுதிப் போர்

கான்சாகிப் கொல்லப்பட்டாலும் அவர் சென்னை அரசாங்கத்திற்கு எழுதிய கடிதங்கள் வரலாற்றுக் குறிப்புகளாக விளங்குகின்றன. பூலித்தேவருக்குச் சொந்த மான கோட்டைகள் சிலவற்றைக் கைப் பற்றிய வீரதீரத்தைப் பற்றி அந்தக் கடிதம் விரிவாக விவரித்தது.

எனினும் பின்னர் சில ஆண்டுகளில் மீண்டும் அந்தக் கோட்டைகள் பூலித்தேவர் வசமாகின. அவை எப்படி மீட்கப்பட்டன என்பது குறித்து எந்தவிதமான வரலாற்றுப் பதிவுகளும் காணப்படவில்லை.

எனினும் 1767ஆம் ஆண்டு அங்கு நடைபெற்ற இறுதிப் போர் பற்றிய

வரலாற்றுக் குறிப்புகள் 'திருநெல்வேலி கெசட்'டில் வெளியிடப் பட்டுள்ளன. அதன்மூலம்தான் நெற்கட்டான் செவ்வல் இறுதிப் போரைப் பற்றி ஓரளவுக்கு நம்மால் அறிந்து கொள்ள முடிகிறது.

கான்சாகிப் கொல்லப்பட்டதும் காணப்பட்ட சிறிய வெற்றிடத்தைப் பயன்படுத்திய பூலித்தேவர், இரகசியமாகத் திரட்டிய படை வீரர்களுடன் மீண்டும் நெற்கட்டான் செவ்வல் கோட்டையைத் தனது உரிமையாக மாற்றிக் கொண்டார்.

அதாவது 1766ஆம் ஆண்டு இந்த இடம் மீண்டும் பாளையக் காரரின் உடைமையாக இருந்ததை கெசட்டும் உறுதி செய்கிறது.

1766ஆம் ஆண்டு அக்டோபர் மாதம் கேப்டன் பௌட்சன் தலைமையில் வாசுதேவநல்லூர் கோட்டை மீது போர் தொடுக்கப் பட்டது.

டிசம்பர் மாதம் மேஜர் பிளிண்ட் மற்றும் கேப்டன் பெயின்டர் தலைமையில் கொல்லங்கொண்டான் கோட்டை மீது தாக்குதல் நடத்தப்பட்டது.

இந்தப் போரின்போது ஆங்கிலத் தளபதிகள் ஐந்து பேர் உட்பட ஏராளமான சிப்பாய்கள் இறந்து போயினர்.

எனவே இந்தப் போர் வெற்றியை ஈட்டித்தராததால் ஆங்கிலேயப் படை பின்வாங்கி திருநெல்வேலிக்குச் சென்றது.

1767ஆம் ஆண்டு ஏப்ரல் மாதம் 29ஆம் தேதி அன்று கேம்பல் தலைமையில் பெரும்படை ஒன்று கொல்லங்கொண்டான் கோட்டையை முற்றுகையிட்டுப் பெருந் தாக்குதல் நடத்தியது. இந்தச் சண்டையில் அந்தக் கோட்டை முற்றிலுமாக இடித்துத் தரைமட்டமாக்கப்பட்டது.

இதனையடுத்து சேத்தூரையும் ஆங்கிலேயர்கள் தங்கள் வசமாக்கிக் கொண்டனர்.

பின்னர் வாசுதேவநல்லூர் கோட்டையை காம்பெல் தலைமை யிலான வெள்ளையர்களின் படை மே மாதம் 13ஆம் தேதி அன்று முற்றுகையிட்டது. இப்போது பூலித்தேவருடன் சமரசம் பேச முயற்சிக்காமல் நேரடியாகப் போரைத் தொடங்கிவிட்டனர்.

டொனால்டு காம்பெல் தலைமையில் மேஜர் பிளிண்ட், காப்டன் ஹார்பர் ஆகியோர் வாசு தேவநல்லூர் கோட்டையைத் தாக்கினர்.

இத்தகைய பெரும் படையை எதிர்பார்க்காத நிலையில் பூலித்தேவர் நிலைத்து நின்று போரைத் தொடர்ந்தார்.

ஒரு வார காலமாக தங்கள் பீரங்கிகளால் கோட்டைச் சுவரின் மீது இடைவிடாமல் கடுந் தாக்குதல் நடத்தப்பட்டது.

அனல் கக்கும் குண்டு மழை!

சாவுக்கு அஞ்சாத பூலித்தேவரின் படை வீரர்கள்!

ஆரம்பத்தில் ஐநூறு முறை பீரங்கிக் குண்டு களால் தாக்குதல் நடத்தியும் ஒரு சிறு பிளவுகூட ஏற்படவில்லை என்பது காம்பெல்லை வியப்படையச் செய்தது.

குண்டுகள் துளைப்பதால் கோட்டை சுவரில் ஓட்டைகள் விழுந்து கொண்டே இருந்தன. அவை அப்படியே விரிசல் விட்டு பெரிதாகி கோட்டைக்கே ஆபத்து ஏற்பட்டுவிடக் கூடாது என்பதற்காகக் கோட்டைக்குள் இருந்த வீரர்கள் அதனை அடைப்பதில் சுறுசுறுப்பாக இயங்கினார்கள்.

பனைமரத் துண்டுகளையும் வைக்கோற் போரையும் பயன் படுத்தி ஓட்டைகளையும், விரிசல்களையும் உடனுக்குடன் அடைத்தவாறு இருந்தனர்.

வெள்ளையர்களின் பீரங்கி குண்டுகள் கோட்டை சுவரின் மீது பட்டதும் சுவரில் சிக்கிக் கொண்டன. சுவர் களிமண், நார் மற்றும் பல பொருட்களைக் கொண்டு கட்டப்பட்டிருந்தது.

அதனால் கோட்டைச் சுவரில் குண்டு விழுந்து எந்த பாதிப்பையும் ஏற்படுத் தாமல் இருந்தது.

பின்னர் கோட்டைச் சுவரில் சிறிய சிறிய துளைகள் ஏற்பட்டன. வெள்ளையர்களுக்கு கோட்டை சுவரின் ஓட்டை தெரியும், ஆனால் அவ்வாறு தெரிந்த ஓட்டை சிறிது நேரத்தில் அடைபட்டு விடும் அதிசயம் நிகழ்ந்தது.

அத்துடன் ஓட்டை இருந்த இடத்தில் பீரங்கி குண்டு வந்து விழுந்தவுடன் அங்கு இரத்தமும் சதையும் தெரிந்தது.

இதனைக் கண்டு வெள்ளையர்கள் மிரண்டு போயினர்.

'இது எப்படி சாத்தியம்? கோட்டைச் சுவரில் இருந்து இரத்தமும், சதையும் தெரிகிறதே, எப்படி?' என்று ஆச்சரியத்தில் உறைந்தனர்.

நம் தமிழர்கள் உயிருக்கு அஞ்சாதவர்கள்.

பூலித்தேவரின் படை வீரர்கள் ஒவ்வொருவரும் ஒருவர் பின் ஒருவராகச் சென்று கோட்டை சுவரில் துளை விழுகிற இடத்தில் நின்று ஓட்டையைத் தங்கள் கைகளாலும், தோள்களாலும் அடைத்து, தங்கள் உயிரைத் துறந்து கோட்டையைக் காப்பாற்றினார்கள்.

பீரங்கிகளால் தாக்குதல் நடத்த நடத்த, உடனுக்குடன் அதனைப் பாதுகாத்து வந்த பூலித்தேவரையும், அவரது படையினரையும் பார்த்து வியந்து போனார் கர்னல் டொனால்டு காம்பெல். இந்த அளவிற்கு உறுதியும் வீரமும் விடாமுயற்சியும் கொண்ட யாரையும் இதுவரை அவர் பார்த்ததே கிடையாது.

உடனே பிரிட்டனுக்குக் கடிதம் ஒன்றை எழுதி அனுப்பினார், "தமிழர்கள் உயிருக்கு அஞ்சாமல் அவர்கள் கோட்டையை காத்து நின்றனர். உலகில் இதுபோன்று உயிர்த் தியாகம் செய்தவர்களை நாம் பார்த்திருக்கவே மாட்டோம்' என்று அதில் எழுதியிருந்தார்.

ஒரு வாரம் தொடர்ந்து தாக்குதல் நடந்தது.

சலிப்பே இல்லாமல் நெற்கட்டான் செவ்வல் கோட்டையை அரண் போன்று அந்த வீரர்கள் பாதுகாத்துக் கொண்டே இருந்தனர்.

ஆக, ஆங்கிலேயர்களின் நவீன போர் ஆயுதங்களுக்கு பூலித் தேவர் படையின் வாள், வேல், ஈட்டி போன்றவற்றால் தாக்குப் பிடிக்க முடியவில்லை.

அதனிடையே இயற்கையும் அவர்களுக்கு எதிராக சதி செய்ய ஆரம்பித்தது.

பேய் மழை!

கோட்டையை அதற்கு மேலும் எதிரிகளிடம் இருந்து அவர்களால் பாதுகாப்பது என்பது கடினமாகவே இருந்தது. அதற்கு மேலும் கோட்டைக்குள்ளே இருப்பது ஆபத்தானது என்பதை உணர்ந்த பூலித்தேவர் படை வீரர்கள் நாலா திசைகளிலும் சிதறி ஓடி அருகிலிருந்த காட்டிற்குள் தஞ்சம் அடைந்தனர்.

இவ்வாறு மிகப் பெரிய சேதாரம் இல்லாமல் அவர்கள் தப்பித்தனர்.

'கோட்டை அளவில் சிறியதாக இருந்தாலும் பலம் வாய்ந்ததாக இருந்தது' என்று எழுதி வைத்துள்ளார் கர்னல் காம்பெல்.

இந்த கோட்டை அவ்வளவு பலம் வாய்ந்ததாக இருந்ததற்கு என்ன காரணம்?

அதன் இட அமைப்புதான் முக்கிய காரணம்.

கோட்டைக்கு அருகே சுமார் 400 மீட்டர் தொலைவில் பெருங்காடு இருந்தது. அந்தக் காட்டுக்குப் பின்னால் உயர்ந்த மேற்கு மலைத் தொடர் காணப்பட்டது.

அந்தக் காட்டுக்குள் மறவர்கள் ஏராளமானோர் குடியிருந்தார்கள். வெளியே இருந்து முற்றுகையிடுபவர்களை அவர்களால் நன்றாகவும் தெளிவாகவும் பார்க்க முடியும். எனவே எதிரிகளிடம் இருந்து தங்களை எளிதாகப் பாதுகாத்துக் கொள்வார்கள்.

ஆனால் முற்றுகையிடுபவர்களால் காட்டுக்குள் இருப்பவர்களைப் பார்க்கவே முடியாது.

இது ஒரு நல்ல வாய்ப்பாக அவர்களுக்கு அமைந்தது.

எனவே தக்க தருணத்தில் பாய்ந்து வந்து பகைவர்களை அழித்தொழித்துவிட அவர்களால் முடிந்தது.

மட்டுமல்லாமல் கருவேல மரத்தின் முட்களைப் பயன்படுத்தி தங்களின் பாதுகாப்பு அரணாக அதை மாற்றியமைத்துக் கொண்டார்கள்.

கருவேல மரத்தின் முட்கள் மிகக் கூர்மையானவை. கூர்மைப் படுத்தப்பட்ட கம்பிகளைவிடக் கொடியது. விஷம் தோய்ந்ததும் கூட.

இன்னொரு முக்கிய விஷயம் இயற்கையாகவே கோட்டைக்குத் தென்புறத்திலும் கிழக்குப் புறத்திலும் பேயாறு பாய்ந்தது.

இதுவும் அவர்களுக்கு இயற்கையான பாதுகாப்பு அரண் என்றே சொல்ல வேண்டும்.

கோட்டைச் சுவரின் அடிப்பகுதியின் அகலம் 15 அடி. மேலே செல்லச் செல்ல அதன் அகலம் ஐந்தடியாகக் குறுகியது.

இந்தப் போரில் கோட்டை இடித்துத் தரைமட்டமாக்கப் பட்டது.

கோட்டை இருந்த இடத்தில் தற்போது புற்கள் முளைத்து விட்டன.

மழை, வெயில் போன்றவற்றால் அழிந்துபோன நிலையிலும் கோட்டையின் அடி வரிசைக் கல் இப்போது தெளிவாகத் தெரிகிறது. பூலித்தேவரும், அவரது படை வீரர்களும் இந்த பேய் மழையைப் பயன்படுத்தி மேற்குத் தொடர்ச்சி மலைப் பகுதியில் மறைந்து தப்பித்தனர்.

1967ஆம் ஆண்டு மே மாதம் நடந்த இந்தப் போர்தான் பூலித்தேவருக்குக் கடைசிப் போராக அமைந்தது.

தொடர்ந்து 12 ஆண்டுகளுக்கு மேலாக ஆங்கிலேயர்கள் மற்றும் தமிழினத் துரோகிகளுக்கு எதிராகக் கடுமையாகப் போர் புரிந்த மாவீரர் பூலித்தேவர்.

மேற்குத் தொடர்ச்சி மலைக் காடுகளில் இரகசியமாகப் பதுங்கி வாழ்ந்து வந்த பூலித்தேவர் அங்கும் பெரும் படை ஒன்றை உருவாக்கினார். தக்க சமயத்தில் படையெடுத்து தமது கோட்டையை மீட்டெடுக்க வேண்டும் என்ற எழுச்சியோடு அவரது செயல்பாடுகள் அமைந்தன.

அவரது மனைவியும் குழந்தைகளும் அவரது படைத் தளபதி ஒருவரின் பொறுப்பில் இரகசியமாகப் பாதுகாக்கப்பட்டு வந்தனர். அவர்கள் தங்க வைக்கப்பட்டிருந்த இடத்தில் பெரும் தீ விபத்து ஏற்பட்டு பூலித்தேவரின் மனைவி இறந்து போன சோக சம்பவமும் நிகழ்ந்தது.

அவரது குழந்தைகளை அந்தத் தளபதி வேறொரு இடத்திற்குக் கொண்டு சென்றார். பூலித்தேவரின் குழந்தைகளில் ஒருவரை வீர பாண்டிய கட்டபொம்மனின் தாத்தா வளர்த்ததாகக் கூறப்படுகிறது.

பூலித்தேவர் தலைமறைவாக இருந்தாலும் அவர் மீதான அச்சம் ஆங்கிலேயர்களிடம் இருந்து கொண்டே இருந்தது. வீரத்தின் விளைநிலம் மருதநாயகம் பிள்ளையையே தோற்கடித்தவர் ஆயிற்றே!

எப்படியாவது பூலித்தேவரைக் கைது செய்து கொன்றுவிட வேண்டும் என்ற சதி ஆலோசனையை நடத்தியது கிழக்கிந்தியக் கம்பெனி. வஞ்சக வலை விரித்து அதில் அவரை வீழ்த்திட வேண்டும் என்பதுதான் அவர்களின் சூழ்ச்சியாக இருந்தது.

அதற்கான காய் நகர்த்தலில் வெள்ளையர்கள் மிகத் தீவிரமாக ஈடுபட்டு வந்தனர்.

காட்டில் குகை ஒன்றில் மறைந்து வாழ்ந்துவந்த பூலித்தேவர் இதனையெல்லாம் ஒற்றர்கள் மூலமாக அறிந்துகொண்டார். ஆயினும் தனது போர்த் திட்டத்தைத் தொடர்ந்து கவனமாக வகுத்துக் கொண்டே இருந்தார்.

அப்படியிருந்தும் வெள்ளையர் விரித்த வஞ்சக வலையில் வசமாக சிக்கிக்கொண்டு விட்டார் பூலித்தேவர்.

அப்போது ஆரணிக் கோட்டையின் தலைவராக இருந்தவர் அனந்தநாராயணன். இவர், பூலித்தேவரைச் சந்தித்து வெள்ளையர் களைப் போல நவீனரக போர் ஆயுதங்களைத் தான் தயாரித்திருப்ப தாகக் கூறினார். அதனை ஒருமுறை நேரில் வந்து பார்க்க வேண்டும் என்றும் பூலித்தேவரை ஆரணிக்கு அழைத்தார்.

இவர் நம்பிக்கைக்குரியவர்தானா என்று சந்தேகத்துடன் யோசித்தார் பூலித்தேவர். அவரைப் பற்றி இரகசியமாக உளவறிய வும் செய்தார்.

அனந்தநாராயணன் மிகவும் நம்பிக்கைக்குரியவர் என்ற தகவலே உளவாளிகள் மூலம் அவருக்கு வந்து சேர்ந்தது.

பூலித்தேவர் ஜோதியில் மறைந்த அறை

ஆனால் இந்த உளவாளிகளின் கூற்று தவறானது என்பதைக் காலம்கடந்த பிறகே அவர் உணர்ந்தார்.

எனவே அனந்தநாராயணனைச் சந்திக்க சம்மதித்தார் பூலித்தேவர்.

அவரை இரகசியமாக அழைத்துச் சென்றார் அனந்த நாராயணன்.

அங்கு சென்றதும் மிகப் பெரிய இரும்புக் கூண்டு ஒன்றைத் தயாரித்து வைத்திருந்ததைக் காட்டினார். அதன் பிரம்மாண்டம் பூலித்தேவரை வியப்படையச் செய்தது.

அந்தக் கூண்டைப் பற்றி பூலித்தேவரின் கருத்தை ஆர்வமாகக் கேட்ட நாராயணன், அந்தக் கூண்டுக்குள் சென்று நன்றாகப் பார்க்குமாறு கேட்டுக்கொண்டார்.

அப்படியே பூலித்தேவரும் அந்தக் கூண்டுக்குள் செல்லவும், ஏற்கெனவே திட்டமிட்டவாறு கூண்டின் கதவு பூட்டப்பட்டது. மறைந்திருந்த ஆங்கிலப் படை வீரர்கள் அந்தக் கூண்டைச் சுற்றிச் சூழ்ந்துகொண்டனர்.

வஞ்சகம் வென்றது.

நம்பிக்கைத் துரோகம் வென்றது.

பின்னர் அவர் கனத்த இரும்பாலான சங்கிலியால் பிணைத்து கட்டியவாறு கொண்டு செல்லப்பட்டார்.

சங்கரன்கோவிலை அவர்கள் அடைந்தபோது அங்குள்ள சங்கரநாராயணர் கோயிலுக்குச் சென்று சுவாமி தரிசனம் செய்யத் தனக்கு அனுமதி வழங்குமாறு கேட்டுக் கொண்டார் பூலித் தேவர்.

வெள்ளையரும் அதற்குச் சம்மதித்தனர்.

மிகுந்த பாதுகாப்புடனும், சங்கிலி பிணைப்புடனும் கோயிலுக்குள் செல்ல அனுமதி வழங்கப்பட்டது.

கோயிலுக்குள் சென்ற பூலித்தேவர் சிவலிங்கத்தின் முன்பாக நின்று மனமுருகி வழிபட்டார். அப்போது சிவனிடம் இருந்து ஒரு ஜோதி வெளிப்பட்டது. பெரும் புகைப்படலம் அந்த இடத்தில் தோன்றியது.

திடீரென்று பூலித்தேவரின் கை, கால்களைப் பிணைத்திருந்த இரும்புச் சங்கிலிகள் உடைந்து விழுந்தன.

பூலித்தேவர் அந்த ஜோதியில் கலந்து மறைந்தார்.

வெள்ளையர்கள் அங்கு பூலித்தேவரைக் காணாமல் திகைத் துப் போய் நின்றனர்.

இப்படியொரு தகவல் உண்டு.

அதேநேரத்தில் பூலித்தேவரைக் குறித்து மற்றொரு தகவலும் உண்டு.

பூலித்தேவரைத் தந்திரமாகப் பிடித்த வெள்ளையர்கள் அவரை உடனடியாகவே தூக்கிலிட்டுக் கொன்றுவிட்டனர்.

ஆனால் மக்களிடையே அவருக்குப் பெரும் செல்வாக்கு இருந்த காரணத்தால் இந்தச் செய்தி மக்களுக்குத் தெரியவந்தால் பெரும் கிளர்ச்சி ஏற்படக்கூடும் என்று பயந்தனர்.

எனவே பூலித்தேவர் தூக்கிலிடப்பட்ட செய்தியை ஆங்கிலேயர்கள் மறைத்து விட்டனர் என்றும் கூறப்படுகிறது.

இன்றைக்கும் சங்கரன்கோவிலில் உள்ள சங்கர நாராயணர் திருக்கோயிலில் 'பூலித்தேவர் மறைந்த இடம்' என்று தனியாக ஓரிடம் பாதுகாக்கப்பட்டு வருகிறது. பூலித்தேவரின் நினைவைப் போற்றும்விதமாக நெல்லை மாவட்டம் சிவகிரி வட்டம் நெற் கட்டும் செவ்வலில் அவருக்கு நினைவு மாளிகை ஒன்றும் கட்டப்பட்டுள்ளது.

முகப்பில் பூலித்தேவரின் முழு அளவு திருவுருவச் சிலை உள்ளது. உள்ளே பூலித்தேவர் காலத்து நினைவுச் சின்னங்கள், ஆயுதங்கள் போன்றவை பொதுமக்கள் பார்வைக்கு வைக்கப் பட்டுள்ளன.

மேலும் இங்கு ஆயிரம் பேர் அமரக்கூடிய அளவில் திருமண மண்டபம் ஒன்றும் கட்டப்பட்டுள்ளது.

பூலித்தேவரின் வீரம், அவர் போர்களை நடத்திய விதம், அவரிடம் தோற்று ஓடியவர்களின் விவரங்கள், அவர் எவ்வாறு தந்திரமாகக் கைது செய்யப்பட்டார் என்பன போன்ற அனைத்துத் தகவல்களும் பிரிட்டனுக்கு கிழக்கிந்தியக் கம்பெனி அதிகாரிகள் விரிவாக அனுப்பி வைத்தனர்.

இந்த அறிக்கையில் பூலித்தேவரின் படை வீரர்களின் துணிச்சலான வீரம், அதீத தேசப்பற்று, கோட்டையை அரண் போன்று காத்து நின்ற தைரியம், பூலித்தேவரைக் கண்டு ஆற்காடு நவாப் அச்சம் கொண்ட கோழைத்தனம் போன்றவற்றையும் விரிவாகக் குறிப்பிட்டனர்.

பூலித்தேவரைப் பற்றி ஆங்கிலேயர்கள் எழுதிய கடிதங்கள்

பூலித்தேவர் நினைவு இல்லம்

அனைத்தும் தமிழக அரசின் காப்பகத்தில் தற்போதும் பாதுகாப்பாக வைக்கப்பட்டுள்ளது.

போரின்போது உயிர் பிழைத்தால் போதும் என்று நவாப் மற்றும் ஆங்கிலேயப் படையினர் தங்கள் ஆயுதங்களை ஆங்காங்கே விட்டு ஓடி மறைந்தனர். அந்த ஆயுதங்கள், பீரங்கிகள் போன்றவற்றை பூலித்தேவர் படை வீரர்கள் கைப்பற்றினர்.

அவ்வாறு கைப்பற்றப்பட்ட ஆயுதங்களும், பீரங்கிகளும் இன்றும் சென்னை மற்றும் மதுரை அரசுக் கண்காட்சியில் பார்க்கலாம்.

காக்காத்தோப்பு அரண்மனை, நெற்கட்டான் செவ்வல் கோட்டை, பனையூர் அரண்மனை, வாசுதேவநல்லூர் கோட்டை, ஆவுடையார்புரம் கோட்டை, களக்காடு வீரபாண்டி கோட்டை என பல கோட்டையை ஆண்டு, மக்களுக்கும், தாய் நாட்டுக்கும் சேவைகள் பல செய்த பூலித்தேவர் இன்றும் தமிழ் மக்களிடம் தெய்வமாகவே வாழ்ந்து வருகிறார்.

9 சிறப்புகள்

'விடுதலைக்கு வித்திட்ட வீரவேந்தன்' என்று இன்றும் புகழப்படுபவர் வீரபாண்டிய கட்டபொம்மன். அவரது தேசப்பற்றையும், ஆங்கிலேய ஆதிக்கத்தை எதிர்த்து தூக்கு மேடை ஏறிய துணிச்சலையும் எவராலும் மறக்க இயலாது.

ஆனாலும் அவரது பாட்டனார் கட்ட பொம்மு, தேசப்பற்று இல்லாமல் ஆங்கிலேய வந்தேறிகளுக்கும், அவரது கூலிப்படையினருக்கும் ஆதரவாளராகத் திகழ்ந்தார் என்பதும் வரலாற்றில் மறுக்கப்படாத உண்மை.

கட்டபொம்மனின் பாட்டனார் காலத்தைச் சேர்ந்த பூலித் தேவர், கட்டபொம்மு

வைப் போல அல்லாமல் துணிச்சலுடன் ஆங்கிலேய ஏகாதி பத்தியத்திற்கு எதிராகக் குரல் கொடுத்த மாவீரர்.

நாட்டின் முதல் சுதந்திரப் போர் என்று இன்று பலராலும் கூறப்பட்டுவரும் சிப்பாய் கலகத்திற்கும் நூறு ஆண்டுகளுக்கு முன்னதாகவே ஆங்கிலேய ஆதிக்கத்திற்கு எதிராகக் குரல் கொடுத்த மாவீரர் பூலித்தேவர்.

பூலித்தேவரின் சிறப்புகள் அரசாங்க ஆவணங்களில் பதிவு செய்யப்பட்டிருந்தாலும் அவை புதையுண்டு கிடப்பதால் அவரைப் பற்றிய உண்மைத் தியாகம் வெளிஉலகிற்கு வெளிச்சமாகத் தெரியாமல் போய்விட்டது என்பதே உண்மை.

பூலித்தேவரைப் பற்றிக் குறிப்பிடும் பழமை சான்றுகளில் குறிப்பிடத்தக்கது ராபர்ட் ஆர்ம் என்பவர் எழுதிய 'இந்துஸ்தானத் தின் வரலாறு' என்னும் நூல்.

ஆயிரம் பக்கங்களுக்கு மேல் உள்ள இந்நூலில் பூலித்தேவரைப் பற்றி மட்டும் முப்பது இடங்களில் குறிப்பிடப் பட்டுள்ளது.

1764ஆம் ஆண்டு இந்நூல் தனது முதல் பதிப்பைக் கண்டது என்பது குறிப்பிடத்தக்கது.

இரண்டாவதாக 18ஆம் நூற்றாண்டில் வாழ்ந்த பெருந்தமிழர் ஆனந்தரங்கம் பிள்ளை எழுதிய 'அரிய நாட்குறிப்பு.'

இவர் வாணிபத் திறமையிலும், அரசியல் அறிவிலும், வரலாற்று சிந்தனையிலும் தலைசிறந்த மாமேதை. இவரது இந்நூல் பன்னிரெண்டு தொகுதிகளாகப் பலநூறு பக்கங்களால் ஆனது. மேலும் ஆங்கிலத்திலும் மொழி பெயர்க்கப்பட்டுள்ளது.

இந்நூலிலும் பூலித்தேவரைப் பற்றிய தகவல்கள் காணப்படு கின்றன. அவரது கோட்டை எதிரிகளால் கைப்பற்றப்பட்ட நிகழ்வை துயரத்தோடு பதிவு செய்துள்ளார் ஆனந்தரங்கம் பிள்ளை.

இருநூறு ஆண்டுகளுக்கு முன்பாக பாரிசில் வாழ்ந்த ஒரு பெரும் எழுத்தாளரின் நூலை அடுத்ததாகக் குறிப்பிடலாம். இவர் பூலித்தேவர் வாழ்ந்த காலத்தைச் சேர்ந்தவர். பிரெஞ்சு மொழியில் எழுதப்பட்ட மிக நுட்பமான வரலாற்று ஆய்வு நூல் இது.

இந்நூலில் பூலித்தேவரின் முடிவு பற்றி மிகத் தெளிவாகப் பதிவு செய்யப்பட்டுள்ளது.

'பிரெஞ்சுக்காரர்களிடம் இருந்து சென்னை நகரம் காப்பாற்றப் பட்டதும் கான்சாகிப் மதுரைக்குத் திரும்பினார். அதன்பிறகு மாபூஸ்கான் பிடியை உதறி எறிந்தவர்களில் மிகுந்த வல்லமையும், ஆற்றலும் உடைய பெரிய பாளையக்காரரான பூலித்தேவரை அடக்குவதில் தீவிரமாக ஈடுபட்டார். சில ஆண்டுகளாகப் போராடி பூலித்தேவரை அடக்க முயன்றார் கான்சாகிப்' என்று அந்நூலில் குறிப்பிடப்பட்டுள்ளது.

'பன்னிரெண்டு ஆண்டுக் காலம் விட்டுவிட்டுப் பரங்கியரை எதிர்த்துப் போரிட்ட வீரத் தலைவர் பூலித்தேவரின் அரசியல்

வாழ்வும், அந்த சுதந்திர வீரரின் சொந்த வாழ்வும் எவ்வாறு முடிந்தன என்பதைத் தெளிவாக அறிந்துகொள்ள முடியவில்லை. ஆனால் தமது கோட்டைகளையும் நாட்டின் மானத்தையும் காப்பதற்காக வாழ்நாள் எல்லாம் நடத்திய வீரப்போரின் முடிவில் விழுப்புண் தாங்கிக் கடமையைச் செய்த களிப்போடு தமிழ்த்தாயின் மடியில் அந்த வீரர் சாய்ந்திருக்க வேண்டும்' என்று அந்நூலில் குறிப்பிடப்பட்டுள்ளது.

பின்னாட்களில் நாட்டின் விடுதலைக்காகவும், ஆங்கிலேய எதேச்சதிகாரத்தை எதிர்த்தும் பெரும்பாடுபட்ட வீரபாண்டிய கட்டபொம்மன், ஊமைத்துரை, மருதுசகோதரர்களைப் போலவே பூலித்தேவரும் மிகச் சிறந்த தேசபக்தராகவே திகழ்ந்தார்.

தெய்வ பக்தியும், தேச பக்தியும் அவருக்கு இரு கண்களாகவே இருந்தன.

புலித்தேவரை சமகாலத்து புலவர்கள் பலர் புகழ்ந்து பல பாடல்களைப் பாடியுள்ளனர். அந்தப் பாடல்களை இன்றும் நெற்கட்டும் செவ்வல் பகுதி மக்களில் சிலர் பாடி வருகின்றனர்.

மட்டுமல்லாமல், கிராமங்களில் பாடும் நாட்டுப்புறப் பாடல்களின் மூலமும், திருவிழாக்களின் போது நடைபெறும் நாடகம், கலைநிகழ்ச்சி, தெருக்கூத்துக்களிலும் பூலித்தேவரின் வீரத்தையும், அவர் ஆட்சி செய்த விதத்தையும், வெள்ளையனை புறமுதுகிட்டு ஓட ஓட விரட்டி அடித்ததையும், மக்களுக்குச் செய்த நல்லாட்சி பற்றியும் நெல்லைச் சீமையில் இன்றும் பல கிராமங்களில் காணப்படுகின்றன.

பூலித்தேவரின் தோற்றமே ஆண்மை நிறைந்தும், கம்பீரமாகவும் இருந்ததாக புலவர்களின் பாடல்கள் வாயிலாக அறிந்துகொள்ள முடிகிறது.

பூலித்தேவரின் தோள்கள் தேக்கு மரம் போன்றது.
அவரது முகம் அதிகாலை பொன் ஒளி வீசும் ஞாயிறு
(சூரியன்) போன்று ஒளிரும் தெய்வீக முகம்.
அவர் நடந்தால் அதிரும் எதிரியின் பூமி.
கண்கள் சிவந்தால் உருளும் எதிரியின் தலைகள்.
அவரின் வாள் வீச்சு புயல் காற்றைப் போன்றிருக்கும்.
அவரது கைகள் இரண்டும் நீண்டதாக இருக்கும்.

உதவியென்று தஞ்சம் அடைந்தவர்களுக்கு வள்ளலாக
இருப்பார்.

அவர் வீரம் புலியின் வீரம் போன்றிருக்கும்.

அவரது குரல் கேட்டதும் இடி ஓசை கேட்ட நாகம் ஓடுவது
போல் எதிரிகள் ஓடுவர், நடுங்குவர்.

இவர் ஆட்சி காலத்தில் மக்களுக்குப் பல நன்மைகளைச் செய்துள்ளார்.

ஏராளமான கோவில்களுக்கு பல நற்பணிகளைச் செய்துள்ளார். மக்கள் செல்லும் பாதை ஓரங்களில், இளைப்பாறுவதற்காக இரண்டு பக்கங்களிலும் பல மரங்களை வளர்த்தார்.

பயணத்தின் போது தங்கி ஓய்வு எடுத்துச் செல்வதற்கு பல மண்டபங்களையும், அவற்றில் பல அன்ன சத்திரங்களையும் அமைத்தார்.

அப்போது ஏற்படும் நீர் தேவையையும், நீர் தாகத்தையும் தீர்ப்பதற்கு பல இடங்களில் சாலை ஓரங்களில் கிணறு வெட்டி நீர் கிடைத்திட ஏற்பாடு செய்தார்.

பல கிராமங்களில் குளங்கள், கிணறுகள், கண்மாய்கள், ஊரணிகள் அமைத்து மக்கள் மற்றும் கால்நடைகளின் நீர் தேவையைத் தீர்த்து வைத்தார்.

மிகச் சிறந்த ஒரு ஆன்மீகவாதியான பூலித்தேவர், கோயில் களுக்கு பல நற்பணிகளைச் செய்துள்ளார்.

கோயில்களில் குளங்களை அமைத்தார். இன்றும் சங்கரன் கோவில் அருள்மிகு கோமதி அம்மன் கோவிலில் இவர் அமைத்த தெப்பக்குளம் மற்றும் குளத்தின் நடுவில் மண்டபத்தையும் பார்க்கலாம்.

சங்கரன் கோவிலில் உள்ள கோமதி அம்மன் ஆலயத்தில் தனி அறை ஒன்றை அமைத்து அதில் அமர்ந்து தியானம் செய்துள்ளார்.

கோயில்களுக்கு பொன், பொருள், விளைநிலங்களை மானியமாகக் கொடுத்துள்ளார்.

பல கிராமங்களில் கோயிலின் திருப்பணிக்காக என்று பட்டயம் கொடுத்துள்ளார்.

குறிப்பாக சங்கரன்கோவிலில் உள்ள கோமதி அம்மன் சன்னதிக்கு, பல திருப்பணிகளை செய்ததோடு, பொன், பொருள், நிலம் என்று பட்டயமும் எழுதிக் கொடுத்துள்ளார்.

இது போன்றே கரிவலம்வந்த நல்லூரில் உள்ள பால் வண்ணநாதர் கோயிலுக்கும் நற்பணிகள் பல செய்துள்ளார். அங்கு கோயிலுக்கு கோட்டைச் சுவரும் அமைத்துள்ளார்.

மேலும் கோயிலுக்குத் தேர் செய்து கொடுத்துள்ளார். கோயிலில் பணி புரிபவர்களுக்கு பல தானங்களைச் செய்துள்ளார்.

திருநெல்வேலியில் அமைந்துள்ள நெல்லையப்பர் கோயிலுக்கும் அநேக திருப்பணிகளை பூலித்தேவர் செய்துள்ளார். கோயில்களின் திருப்பணிகளைச் செய்வதற்கு வசதியாக நஞ்சை நிலங்களை தானமாக வழங்கி உள்ளார்.

சங்கரன்கோவிலுக்கு தென்கிழக்கே உள்ள கீழ நீலிதநல்லூரில் உள்ள கோயிலுக்கும் பல திருப்பணிகளைச் செய்துள்ளார்.

மதுரை சொக்கநாதர் கோயிலுக்கு பொன் பொருட்களைத் தாராளமாக வழங்கியுள்ளார் பூலித்தேவர்.

சீவலப்பேரி அருகிலுள்ள மருவாத்தலை என்னும் ஊரில் மலை உச்சியின் மீது உள்ளமுடையார் கோயில் அமைந்துள்ளது. இது பூலித்தேவரின் குலதெய்வம் ஆகும். இதற்கும் பல திருப்பணிகளை அவர் செய்துள்ளார். இங்குள்ள கல்வெட்டில் அதன் விவரங்கள் உள்ளன.

செப்பேடு

இந்தியத் திருநாட்டின் ஆங்கிலேய ஏகாதிபத்தியத்திற்கு எதிராக விடுதலைப் போரை முதலில் தொடங்கிய பூலித்தேவரைப் பற்றிய அரிய தகவல்களைக் கூறும் செப்பேடு திருச்செங்கோட்டில் கண்டுபிடிக்கப்பட்டுள்ளது.

வரி வசூலிக்க வந்த அலெக்சாண்டர் கெரான் என்பவரோடு 1755ஆம் ஆண்டு பூலித்தேவர் செய்த போரே இந்தியாவில் கிழக்கிந்தியக் கம்பெனிப் படையை எதிர்த்த முதல் போர்.

அந்தச் செப்பேட்டில் பூலித்தேவர் அளித்த கொடைச் செய்தி எழுதப்பட்டுள்ளது. அச்செப்பேடு 27 சென்டி மீட்டர் நீளமும், 15 சென்டி மீட்டர் அகலமும் உடையது. ஒரு கிலோ எடையுள்ள அதன் ஒரு பக்கத்தில் மட்டும் நாற்பது வரிகள் எழுதப்பட்டுள்ளன.

சேரநாட்டின் ஒரு பகுதியான பூழிநாட்டை ஆண்ட பாண்டியனுக்கு உட்பட்டு ஆட்சி புரிந்ததால் பூழித்தேவன் என்ற பெயர், பூலித்தேவன் என அழைக்கப்பட்டது என்றும், அவரது முழுப்பெயர் "காத்தப்ப பூலித்தேவன்' எனவும் ஆய்வாளர் கூறியுள்ளார்.

ஆனால், 1748ஆம் ஆண்டு எழுதப்பட்ட இச்செப்பேட்டில், "ஆவுடையார்புரம் ஜமீன்தார் ஆபத்துக் காத்தார் புலித்தேவன்' என்று எழுதப்பட்டுள்ளது.

கடந்த 1755ஆம் ஆண்டு வரி வசூலிக்க வந்த அலெக்சாண்டர் கெரானிடம், 'ஒரு நெல் மணி கூட வரியாகக் கட்ட மாட்டேன்' எனக் கூறியதால் ஊர்ப்பெயர், 'நெற்கட்டான் செவ்வல்' என அழைக்கப்பட்டதாகவும், மக்கள் ஆங்கிலேயர்களுக்குப் பயந்து, "நெற்கட்டும் செவ்வல்' என அழைத்ததாகவும் செப்பேட்டின் ஆய்வாளர் தெரிவித்துள்ளார்.

செப்பேடு

ஆனால், 1748ஆம் ஆண்டு வெட்டப்பட்ட இச்செப்பேட்டில், "கசுப்பா நெற்கட்டுஞ் செவ்வல்' என்றே எழுதப்பட்டுள்ளது.

தன் முன்னோர் தலைநகரான ஆவுடையார்புரம் தலைநகரை மாற்றி, நெற்கட்டுஞ் செவ்வலில் கோட்டை கட்டி அவ்வூரைத் தலைநகராகக் கொண்டு ஆட்சி செய்தவர் பூலித்தேவர்.

நெற்கட்டுஞ் செவ்வலில் ராமகோவிந்தப்பேரி என்ற பெயரில் பெரிய குளம் இருந்தது. அக்குளம் உடைந்து சிதைந்து பல ஆண்டுகள் பாசனம் இல்லாமல் இருந்தது.

தலைநகர்ப் பகுதி வளம் பெற அக்குளத்தைப் புதுக்குளமாகக் கட்டிப் பாசனம் செய்து பயிரிட பூலித்தேவன் கேட்டுக்கொண்டதனால், நெற்கட்டுஞ் செவ்வலில் உள்ள பிறக்குடையாக் குடும்பன் என்பவர், தன் செலவில் ராமகோவிந்தப்பேரிக் குளத்தைப் புதுக்குளமாக அமைத்தார்.

விப வருடம் ஆடி மாதம் 25ஆம் நாள் பூலித்தேவன், பிறக்குடையாக் குடும்பனுக்கு மானிய பூமி நன்செய் நிலம் வழங்கியதோடு அவர் நிலங்களுக்குச் சில ஆண்டுகள் வரிச் சலுகையும் அளித்த விவரம் செப்பேட்டில் குறிப்பிடப்பட்டுள்ளது.

குளத்தில் உள்ள மீன்களைப் பிடிப்பதன் மூலம் வருகின்ற வருவாயில் இருந்து குளம் பராமரிப்பும், தூர் வாருதலும் நடைபெற வேண்டும் என்றும், இவற்றுக்குக் கணக்கெழுதி ஒப்பிக்க வேண்டும் என்றும் செப்பேட்டில் எழுதப்பட்டுள்ளது.

நிலங்கள் அளக்கப்பட்டதன் அடையாளமாக அவற்றிற்கு எண்கள் இடப்பட்டிருந்தது. 85, 86, 87, 88ஆம் எண் நிலங்கள் செப்பேட்டில் குறிக்கப்பட்டுள்ளன.

நெல் கோட்டை, பாட்டம் என்ற அளவில் குறிக்கப் பட்டுள்ளது.

விதை நெல் 'விரை' என்று கூறப்பட்டுள்ளது. பொதுவாக அக்காலச் செப்பேட்டில் வழக்கமாகப் பயின்று வரும் வடமொழிச் சொற்கள் இன்றித் தனித் தமிழில் செப்பேடு எழுதப்பட்டுள்ளது.

குளம், மடை விருத்திக்குத் தனி மானியமும் விடப்பட்டி ருந்தது. பூலித்தேவன் "நம்மிட மனோ ராசியில்' இச்செப்பேட்டை எழுதிக் கொடுத்ததாகக் கூறப்பட்டுள்ளது.

10 பூலித்தேவரின் மகள்

பூலித்தேவரின் மறைவிற்குப் பிறகு அவரது மகள் கோமதி முத்து நாச்சியாருக்கு நெற்கட்டும் செவ்வல் பாளையத்தை ஆட்சி செய்யும் பெரும் பொறுப்பு வந்து சேர்ந்தது.

ராணி கோமதிமுத்து நாச்சியாரின் கணவர் ராமர் பாண்டியன் சற்று வித்தியாச மானவர். குடும்ப வாழ்க்கையில் ஈடுபட்ட நிலையில் அவரது மனமோ துறவு வாழ்வைத் தேடியே சதா அலைந்து கொண்டிருந்தது.

மாபெரும் வீரர் பூலித்தேவரின் மருமகன் என்று பெருமையாகச் சொல்லிக் கொள்வதில் சிறிதும் விருப்பமற்றவராக இருந்தார் ராமர் பாண்டியன். அரச வாழ்க்கையில் அவருக்குக் கிஞ்சித்தும் விருப்பம் இல்லை. குடும்ப வாழ்க்கையை

உதறித் தள்ளிவிட்டு, பந்த பாசங்களைக் களைந்துவிட்டு, துறவியாகி, எங்காவது மடத்திற்குச் சென்றுவிடலாம் என்பது மட்டுமே அவரது எண்ணமாக இருந்தது.

இதனிடையே வெள்ளையர்களின் பிரித்தாளும் சூழ்ச்சியும், நெருங்கிய பாளையக்காரர்களின் வஞ்சகமும் ராணியாரை மிகவும் சிக்கலுக்கும் கவலைக்கும் உள்ளாக்கியது. தனது கணவர் உடனிருந்து உதவி செய்தால் நன்றாக இருக்கும் என்று அவர் நினைத்தார்.

ஆனால் கணவர்தான் துறவியாகும் கனவில் இருந்தாரே!

ராணியாரின் ஐந்தாண்டு இல்லற வாழ்வில் ஓர் ஆண் மகவைப் பெற்றெடுத்தார். அக்குழந்தையோ கொடி சுற்றிப் பிறந்த காரணத்தால் தாய் மாமனுக்கு ஆகாது என்று கூறிவிட்டனர் சோதிடர்கள்.

எனவே அந்தக் குழந்தையைப் பாலூட்டி, சீராட்டி வளர்க்காமல் விட்டுவிட்டார்.

இதனால் அக்குழந்தையும் இறந்து போயிற்று.

மனம் உடைந்துபோனார் ராமர் பாண்டியன். கோபமும், ஆத்திரமும், அழுகையுமாக வந்தது. அரண்மனையில் இருப்பதற்கு மனமே இல்லாமல், துண்டை உதறித் தோளில் போட்டவாறு கால் போன போக்கில் நடக்க ஆரம்பித்தார். எங்கோ ஒரு கண் காணாத தேசத்தை அடைந்தார்.

கணவரைக் காணாமல் கதிகலங்கிப் போனார் ராணி கோமதி முத்து நாச்சியார்.

அவரது தந்தையார் பூலித்தேவரும், சகோதரர்கள் சித்திர புத்திர தேவர் மற்றும் சிவஞான பாண்டியனும் தொடக்க காலத்தில் ராணியாருக்கு ரொம்பவும் உதவியாக இருந்தார்கள்.

பின்னர் அவர்கள் மூவருமே மரணமடைந்துவிட்டதால், ஏற்பட்ட இக்கட்டான சூழலில் நாட்டின் ஆட்சிப் பொறுப்பை அவரே ஏற்றுக்கொள்ள வேண்டியதாயிற்று.

ராணியாக மகுடம் சூட்டப்பட்டார்.

தனது கணவர் ராமர் பாண்டியன் தனக்கு உதவிகரமாக விளங்குவார் என்றுதான் நம்பினார்.

ஆனால் அவரது துறவற சிந்தனை பெருங்கவலை அளித்தது.

இந்நிலையில் சட்டென்று எங்கோ அவர் காணாமல் போனதால் வேதனையில் துடித்தார்.

எனவே தனது கணவரைத் தேடிக் கண்டுபிடித்து வருமாறு பணியாளர்களுக்கு உத்தரவிட்டார்.

அவர்களும் எங்கெங்கோ தேடி அலைந்தார்கள்.

துறவற நாட்டம் உள்ளவர் என்பதால் எங்காவது மடத்தில் தஞ்சம் அடைந்திருக்கலாம் என்று நினைத்து அரண்மனையைச் சேர்ந்த சங்குமுத்துப் பிள்ளை என்பவர் மடம் மடமாகத் தேடி அலைந்தார்.

இதனிடையே திருவாவடுதுறை ஆதீனத்தில் அவர் இருப்பதாகத் தெரியவந்தது.

அந்த ஆதீனத்தில் ஆன்மீகத்தில் மூழ்கிக் கிடந்தார் ராமர் பாண்டியன். தினமும் தவறாமல் வழிபாடுகளைச் செய்துவந்த அவர், அங்குள்ள நந்தவனத்தைப் பராமரிக்கும் பொறுப்பை ஏற்று ஒரு தோட்டக்காரனாக இருந்து வந்தார்.

காவி உடை அணிந்த அவர் தன்னை ஒரு அரச வம்சத்தைச் சார்ந்தவராக யாரிடமும் காட்டிக் கொள்ளவே இல்லை.

இந்தத் தகவல் தெரியவந்ததும் ராணியார் கோமதிமுத்து நாச்சியாரிடம் கடிதம் ஒன்றை வாங்கிக் கொண்டு நேராகத் திருவாவடுதுறை ஆதீனத்தை வந்தடைந்தார் சங்குமுத்துப் பிள்ளை.

திருவாவடுதுறையின் 11வது பட்டம் ஸ்ரீலஸ்ரீ வேலப்ப தேசிக பரமாச்சாரிய சுவாமிகள் ஆதீனகர்த்தாவாகப் பதவி வகித்தார்.

தம்பிரானை வணங்கிய சின்னப்பட்டம் திருச்சிற்றம்பலத் தேசிகர், ‘நெற்கட்டும் செவ்வல் ராணியாரிடம் இருந்து சன்னிதானத்திற்கு திருமுகம் (ஓலை) கொண்டு வந்துள்ளார் ஒருவர்’ என்று சொன்னார்.

உடனே சன்னிதானம் அந்தத் திருமுகத்தை வாங்கிப் படிக்குமாறு கட்டளையிட்டார்.

சாமிநாத தம்பிரான் அதனை வாங்கிப் படித்தார்.

‘குருமகாசன்னிதானம் அவர்களே! நமது திருமடத்தில் நெற்கட்டும் செவ்வல் அரண்மனையை அலங்கரிக்கும் மன்னர் ராமர் பாண்டியன், நான்கு ஆண்டுகளாக இருப்பதாகத் தகவல் அறிந்தேன். அவரைத் தயவுகூர்ந்து அரண்மனைக்கு அனுப்பி

வைக்குமாறு கேட்டுக்கொள்கிறேன்' என்று ராணியார் எழுதி இருந்தார்.

இந்தக் கடிதம் சன்னிதானத்திற்கு அதிர்ச்சியாக இருந்தது. 'நம் திருமடத்தில் நெற்கட்டும் செவ்வல் மாவீரர் புலித்தேவரின் மருமகன் இருக்கிறாரா? அதுவும் நான்கு ஆண்டுகளாகவா?' என்று ஆச்சரியத்துடன் கூறினார்.

அப்புறம் அவர் தம்பிரானிடம், 'திருமடத்தின் சத்திரத்தில் தங்கியிருக்கும் காஷாயம் வாங்காத துறவிகள் கூட்டத்தில் உடனே இதுபற்றி விசாரியுங்கள்' என்று ஆணையிட்டார்.

அப்போது மகாசன்னிதானத்திடம், 'தங்களுக்கு ஆட்சேபனை இல்லையென்றால் நானே அவரை அடையாளம் காட்டுகிறேன்' என்று வேண்டினார் சங்குமுத்துப் பிள்ளை.

சன்னிதானமும் அதற்கு இசையவே, துறவிகள் கூட்டத்திற்குப் போய் மிகச் சரியாக ராமர் பாண்டியனை அடையாளம் காட்டினார்.

உடனே மகாசன்னிதானத்தின் பாதங்களில் விழுந்து வணங்கிய ராமர் பாண்டியன், 'நான் யாரென்று காட்டிக் கொள்ளாமல் ஆதீனத்தில் இருந்ததற்காக அடியேனை மன்னித்தருள வேண்டும்' என்று கேட்டுக் கொண்டார்.

அதற்கு மகாசன்னிதானம், 'ராஜ வாழ்க்கை வாழ வேண்டிய நீங்கள் அதைவிடுத்து துறவறம் மேற்கொண்டு எடுபிடி வேலையைச் செய்து வருகிறீர்கள். நீங்கள் மிகப் பெரிய தத்துவஞானி! அப்படிப் பட்ட நீங்கள் போய் மன்னிப்பு கேட்கலாமா? நீங்கள் மன்னராகப் பொறுப்பேற்று மக்களுக்கு சேவைகள் செய்ய வேண்டிய இடத்தில் இருக்கும்போது துறவற வாழ்க்கையை ஏற்பது என்பது இயலாத ஒன்று. எனவே எதையும் யோசிக்காமல் துறவற வாழ்க்கையை மறந்துவிட்டு உடனடியாக நெற்கட்டும் செவ்வலுக்குப் போய் ஜமீன் பொறுப்பை ஏற்றுக் கொள்ளுங்கள்' என்று ஆணையிட்டார்.

'குருமகாசன்னிதானம் அவர்களே! மனதளவில் நான் எப்போதோ துறவியாகிவிட்டேன். எனக்கு இந்த ராஜபோக வாழ்க்கை எல்லாம் இனிமேல் சரிப்பட்டு வராது. எனவே என்னை ஒரு துறவியாகவே ஏற்று ஆதீனத்திலேயே தொடர்ந்து இருப்பதற்கு அனுமதி அளிக்க வேண்டும்' என்று மன்றாடினார் ராமர் பாண்டியன்.

ஆனால் சன்னிதானம் அதை ஏற்றுக்கொள்ள மறுத்தது.

‘எதற்கும் மனம் கலங்க வேண்டாம் ராமர் பாண்டியரே! இப்போதே தாங்கள் நெற்கட்டும் செவ்வல் மன்னராகி விட்டீர்கள். திருவாவடுதுறையில் இருந்து திரும்பிச் செல்வதால் இனிமேல் தாங்கள் ‘ராஜரிஷி’ என்றே அழைக்கப்படுவீர்கள். தங்களை அங்குள்ள மக்கள் போற்றிப் புகழ்வார்கள். மகிழ்ச்சியோடு செல்லுங்கள்’ என்று அறிவுறுத்தினார் மகாசன்னிதானம்.

அத்துடன் ஒரு பட்டு சால்வையை எடுத்து ராமர் பாண்டியனுக்குப் போர்த்தினார்.

இதற்கு மேலும் மறுத்துப்பேச முடியாமல் அதற்கு ஒப்புக் கொண்டார் ராமர் பாண்டியன். சங்குமுத்துப் பிள்ளை கொண்டு வந்திருந்த பல்லக்கில் ஏறிப் புறப்பட்டார்.

ஆதீனத்தில் இருந்து பல்லக்கில் புறப்பட்ட ராஜரிஷி அங்கிருந்து அரண்மனைக்கு வரும்போது சில நம்பவே முடியாத அற்புதங்களையும் நிகழ்த்தினார்.

பல்லக்கை சுமந்து வந்தவர்களுக்கு வழியில் தாகம் எடுத்தது. காட்டு வழி என்பதால் பல்லக்கை நிறுத்துவதற்காக அவர்கள் தகுந்த இடத்தைத் தேடினார்கள்.

அதைப் பார்த்த ராஜரிஷி, ‘இடத்தைத் தேடியெல்லாம் அலைய வேண்டாம். அப்படியே அந்தரத்தில் விட்டுச் செல்லுங்கள். ஒன்றும் ஆகாது. நிதானமாகத் தாகம் தணித்துவிட்டு வாருங்கள்’ என்றார்.

பல்லக்குத் தூக்கிகளுக்குக் குழப்பமாக இருந்தது. அவர் நல்ல மனநிலையோடுதான் சொல்கிறாரா என்ற சந்தேகமும் எழுந்தது.

திரும்பவும் ராஜரிஷி சற்று அழுத்தமாகக் கூறியதும் அவர்கள் பயந்துபோய் அப்படியே அந்தரத்தில் பல்லக்கை நிறுத்தினார்கள்.

என்ன ஆச்சரியம்!

பல்லக்கு அப்படியே அந்தரத்தில் நின்றது!

இதை விநோதமாகப் பார்த்த அவர்கள் அருகிலிருந்த கிணற்றை நோக்கிச் சென்றனர்.

அங்கு மாய மந்திரம் தெரிந்த பெண் ஒருத்தி நின்றாள். பல்லக்கு அந்தரத்தில் நிற்பதைப் பார்த்த அவள், தனது எல்லைக் குள் வந்து யாரோ ஒருவர் வித்தை காட்டுவதைப் பார்த்து சினம் கொண்டாள். பதிலுக்கு தானும் வித்தை காட்ட நினைத்தாள்.

கை நீட்டித் தண்ணீரைக் குடித்த அந்த நான்கு பல்லக்குத் தூக்கிகளின் கைகளும் ஒன்றோடு ஒட்டிக் கொள்கிற மாதிரியாக செய்துவிட்டாள்.

இதனால் பதறிப்போன அவர்கள் ராஜரிஷியிடம் ஓடிவந்து முறையிட்டனர்.

உடனே ராஜரிஷி, தனது கையில் கிடந்த கடத்தினை தூக்கி நிறுத்தி தனது தவ வலிமையைக் காட்டினார். அத்துடன் அந்த நேரத்தில் மிகப் பெரிய சூறாவளி காற்றையும் வீசச் செய்தார்.

அந்தக் காற்றின் வேகத்திற்குத் தாக்குப்பிடிக்க முடியாமல் அந்தப் பெண் தள்ளாட ஆரம்பித்தாள்.

அவளுக்குப் பயம் வந்துவிட்டது. ராஜரிஷியின் அருகே வந்து சாஷ்டாங்கமாகக் கீழே விழுந்து நமஸ்கரித்து தன்னைப் பொறுத்து அருளுமாறு வேண்டினாள்.

அந்த நால்வரின் கைகளையும் பிரித்துவிட்டார்.

இதுபோன்று பல அற்புதங்களை அவர் செய்தார். பின்னர் இது காட்டுத் தீ போல பரவி, குடிமக்கள் மத்தியில் மிகப் பெரிய மரியாதையை அவருக்குத் தோற்றுவித்தது.

பின்னர் பல்லக்கு நெற்கட்டும் செவ்வல் அரண்மனையை வந்தடைந்தது.

ராஜரிஷியைப் பார்க்க பொதுமக்கள் குதூகலத்துடன் அங்கு திரண்டு வந்தனர். பட்டிதொட்டியில் இருந்தெல்லாம் மக்கள் அதிகமாக வந்ததால் அரண்மனை வாயிலில் பெரும் திரளான கூட்டம் அலைமோதியது.

ராமர் பாண்டியன் என்ற ராஜரிஷி, தனது கழுத்தில் ருத்ராட்ச மாலையை அணிந்திருந்தார்.

அவரை இன்முகத்துடன் வரவேற்ற ராணியார், ராஜ சின்னங்கள் அனைத்தையும் உடைவாளுடன் அவர் பாதங்களில் சமர்ப்பித்தார்.

'ராமர் பாண்டிய மகராஜா வாழ்க!' என்ற முழக்கம் விண்ணைப் பிளந்தது.

எனினும் சில ஆண்டுகள் மட்டுமே அங்கு மன்னராக அவர் இருந்தார். துறவறமே அவர் மனதில் அலைமோதிக் கொண்டிருந்தது.

தனது ஆன்மீக நாட்டம் காரணமாக தமது ஆட்சிக்கு உட்பட்ட நிலபுலன்கள் அனைத்தையும் திருச்செந்தூர் முருகன் கோயிலுக்கு எழுதி வைத்தார்.

அப்புறம் உதயமார்த்தாண்ட பூஜை பொறுப்புகளை அவரே ஏற்றுக் கொண்டார்.

கோயிலுக்குத் திருப்பணிகளைச் செய்தார்.

தான தர்மங்கள் செய்தார்.

அதேநேரத்தில் தனது குடிமக்களும், படை வீரர்களும் மகிழ்ச்சியோடும் நிறைவோடும் இருப்பதற்கான அனைத்தையும் தவறாமல் செய்தார்.

இறுதியில் ஜீவசமாதி அடைவதற்குத் தயாரானார்.

நெற்கட்டும் செவ்வலுக்கு வடக்கே நிஷோப நதிக்கரையில் மூன்று நீர் நிலைகள் சங்கமிக்கும் இடத்தை அதற்காகத் தேர்வு செய்தார்.

தினந்தோறும் அங்கு வந்து வெகுநேரம் தியானம் செய்தார்,

பின்னர் ஒரு குறிப்பிட்ட நாளில் அவராகவே கட்டிய சமாதியில் நிஷ்டையில் இருந்தவாறே ஜீவசமாதி அடைந்தார்.

பின்னர் அந்த இடத்தில் கோயில் ஒன்றை அங்குள்ள மக்கள் கட்டினார்கள்.

அக்கோயிலில் உருவம் ஏதுமில்லை.

சமாதியில் ஆறு அடிக்கு அதிகமான உயரத்தில் ஒரு புற்று ஒன்று வளர்ந்துள்ளது. அதில் முகம் போன்ற அமைப்பு காணப் படுகிறது.

இந்தப் புற்று மண் அனைத்து நோய்களையும் குணமாக்கும் சக்தி உடையது என்று அப்பகுதி மக்கள் நம்புகின்றனர்.

இந்தப் புற்று வேகமாக வளர ஆரம்பித்தது. கர்ப்பக்கிரக மோட்டைத் தொடும் அளவுக்கு அது உயர்ந்தது.

இதன் அசுர வளர்ச்சியை யாராலும் கட்டுப்படுத்தவே முடிய வில்லை. எனவே புற்றில் ஈரத்துணியைக் கட்டி அதன் வளர்ச்சியைக் கட்டுப்படுத்த முயற்சி செய்தனர்.

ஆனாலும் முடியவில்லை.

கடைசியில் ராமர் பாண்டியனிடம் விரும்பி வேண்டி அதன் தலையில் கவசம் ஒன்றை வைத்தனர்.

அதன்பிறகு புற்றின் வளர்ச்சி ஓரளவுக்குத் தடைப்பட்டது.

நெல்லை மாவட்டம் கரிவலம் வந்தநல்லூரில் இருந்து பனையூர் செல்லும் வழியில் நெற்கட்டும் செவ்வல் சாலையில் நிஷோப நதிக்கரையில் ராமர் பாண்டியனின் ஜீவசமாதி கோயில் தற்போதும் காணப்படுகிறது.

●

www.ingramcontent.com/pod-product-compliance
Lightning Source LLC
LaVergne TN
LVHW100557051026
849519LV00003B/1005
* 9 7 8 9 3 8 7 6 5 5 2 8 7 *